தாமரைக்குள ஞாபகங்கள்

தெய்வீகன்

தமிழினி

தாமரைக்குள ஞாபகங்கள்
தெய்வீகன்

வெளியீடு:

தமிழினி
63, நாச்சியம்மை நகர், சேலவாயல், சென்னை - 51.
கைபேசி: 8667255103

முதல் பதிப்பு : சனவரி 2020
© தெய்வீகன்
email : tamilinibooks@gmail.com
webjournal : tamizhini.co.in

கணினி: பி.கி.ராம்குமார்   அச்சு: மணி ஆப்செட், சென்னை.

ரூ. 150

பொருளடக்கம்

1. அப்பாவுக்கு வாழ்த்துகள் — 5
2. வேடதாரிகள் எல்லோரும் போலிகள் அல்லர் — 7
3. வேட்டி — 11
4. வித்தியாதரன் எனும் 'துரோகி' — 14
5. தாமரைக்குள ஞாபகங்கள் — 19
6. எனை வென்ற சிங்களம் — 23
7. பாஸ்கி என்ற மந்திரச்சொல் — 26
8. வீரகேசரி — 30
9. மரணத்தின் வாசனை — 33
10. சேலைக்கதைக்கு ஏன் தலைப்பு — 36
11. பூனைக்குள் ஒளிந்திருக்கும் நினைவுகள் அதிசயம் — 39
12. அம்மாவின் இரகசிய உரையாடல்கள் — 42
13. சீமைப் பெருந்தெருவில் வைகாசி மணித்துளிகள் — 45
14. அவர்கள் — 49
15. ஈழத்தின் 'மதம்' — 52
16. கிட்னி ரசிகர்களே! — 55
17. தோசைக்கும் உண்டோ அடைக்கும் தாழ் — 57
18. உப்பளத்தின் கசப்புக்கள் — 60
19. பொதுக்கழிப்பறை — 63
20. ரயில் 'ராஜாக்கள்' — 66
21. ஸ்டிக்கர் பொட்டு — 70
22. செல்பி சூழ் உலகு — 73
23. மிக்ஸர் மான்மியம் — 75
24. வட்ஸ் அப் வசந்தங்கள் — 78
25. அவள் ஒரு எதேஇ — 81

26.	அவள் ஒரு இடர்கதை	85
27.	திருமணம் என்பது திருமதி மணமே!	88
28.	சடங்கு தலைவனுக்கு வாழ்த்து	91
29.	சோபாவுடன் நடைபெற்ற சோக்கான சந்திப்பு	94
30.	ஆறாவடு	98
31.	டமாரவாதிகள் வாழ்க!	102
32.	ஓய்வின் காலம் தெரிதல்	106
33.	ஜிம்முக்கு வந்த டால்ஸ்டாய்	110
34.	குரல் கொடுப்பது வேறு! 'கூ' அடிப்பது வேறு!	114
35.	கருணாநிதிக்கு அஞ்சலி!	117
36.	காலா	120
37.	புர்கா தடை	123
38.	கறுப்பினப் போராளி ஹென்றி ஒலங்கா	126
39.	கராட்டி	129
40.	தவம் கலைந்த முனிவர்கள்	131
41.	உணவில் திருவிழா	134
42.	தோழர் ரேணுகா	138
43.	சிட்னி	140

அப்பாவுக்கு வாழ்த்துகள்

பெற்றோரை எதிர்த்துவிட்டுக் காதலிக்கும் பெண்ணைவிட அண்ணனை எதிர்த்து காதலிக்கும் பெண்ணைக் காதலிப்பதில் ஒரு 'கிக்' இருக்கும். 'கிக்' என்றால் நாங்கள் செய்யும் காதலைவிட இன்னும் ஒரு படி மேலே சென்று உணரக்கூடிய மகோன்னதமான நிலை என்று அந்த உணர்வைக் கூறலாம். பெற்றோரின் எதிர்ப்பு என்பது இலங்கை ஒலிபரப்புக் கூட்டுத்தாபன செய்திகள் போல மிகத் தேய் வழக்கான ஒரு கரகரப்பான எதிர்ப்பாக இருக்கும். வழக்கம்போல அப்பா சாய்மனைக்கதிரையிலிருந்து இருமிக்கொண்டே சொல்லக்கூடிய - இரட்டை அர்த்த - விசு பாணியிலான - எதிர்ப்பாகவும் அம்மா வழக்கம்போல பொலியஸ்டர் சட்டை அல்லது சீலைக்குள் முகம் புதைத்து அழுதுகொண்டே அனுங்கக்கூடிய எதிர்ப்பாகவும் இருக்கும். இதையெல்லாம் எதிர்த்துக்கொண்டு காதலிப்பது என்பது பரமேஸ்வரா சந்தியில் நிற்கும் ஆர்மிக்கு கிரனேட் எறிவதுபோல மிகமிகச் சுலபமான ஒரு விடயம்.

ஆனால், மார்ட்டின் சேர்ட்டை முழங்கைக்கு மேல் மடித்து விட்டுக்கொண்டு திமிறித்திரியும் ஒரு அண்ணன்காரனை எதிர்த்து அவன் தங்கையை காதலிப்பதில் இருக்கின்ற உணர்வு தனித்துவமானது. காதலே தனித்துவமானதுதான். ஆனால், அப்படிப்பட்ட அண்ணனை எதிர்க்கக்கூடிய வீரத்தோடுதான் அவளை காதலிக்கிறோம் என்று காட்டிக்கொள்வதில் இருக்கின்ற 'கெத்து' தனியானது. சுவையானது!

ஆனால், அந்த அண்ணன் எனப்படுகிறவன் ஒரு மடார் பேர்வழியாக - மதம் பிடித்த யானையாக - சந்துபொந்தென்று எங்கு பார்த்தாலும் உருட்டி உருட்டி எலும்பை எண்ணக்கூடிய - 'பாசக்கார பயல்' என்றால் அதற்கு ஒன்றுமே செய்யமுடியாது. பேசாமல் இரண்டு கால்களுக்கும் இடையில் தலையை வைத்துக்கொண்டு 'தருவதை' வாங்கிக்கொண்டு வருவது உத்தமம். அப்படியான வில்லன்கள் அண்ணன்கள் என்ற பெயரில் அவளின் வீட்டுக்குள் இருக்கிறார்களா என்று முன்கூட்டியே கள ஆய்வு செய்வது காதலில் மிகமுக்கியமானதொரு பணி. அதனை செய்யாமல் 'ஈ...' என்று இழித்துக்கொண்டுபோனால் 'சம்பவம்' செய்துவிட்டுத்தான் ஆளை விடுவார்கள்.

ஆனால், நோஞ்சானிலும் பார்க்கக் கூடுதல் திமிருடன் காணப்படுகிற - கைக்கு அடக்கமான - அண்ணன்களை எதிர்த்துக் காதலிப்பதுதான் நான் கூறும் வீரம் என்பது. அப்படியான அண்ணன்களின் எதிர்ப்பு எங்களின் முன்னால் எழுந்து நின்று ஆடும்போதுதான் 'வீழ்ந்திடா வீரம், மண்டியிடா மானம்' என்று-போட்டிருக்கும் உடுப்புக்கு சோதாரம் இல்லாமல் - அவர் தங்கையுடன் குரலை உயர்த்திப் பேசுவதற்கும் வசதியாக இருக்கும்.

எதிர்ப்பெனப்படுவது காதலை எப்போதும் மணம் வீசும் புரியாணி போல வைத்திருப்பது. அது இல்லாவிட்டால் நாங்களாக ஏற்படுத்திக்கொண்டாவது அதை அனுபவிக்கவேண்டும்.

இதையெல்லாம் ஏன் இங்கே சொல்கிறேன் என்றேன் என்றால் மூன்று அண்ணன்மார்கள் இருக்கிறார்களே என்ற எந்தப் பயமும் இல்லாமல் - இப்படியொருவன் எதிர்காலத்தில் வந்து தனது காதலை ஆராய்ச்சி செய்வான் என்ற எந்த பிரக்ஞையும் இல்லாமல் - எனது அம்மாவைக் காதலித்த அப்பாவுக்கு நேற்று எழுபதாவது பிறந்தநாள்!

கிளுவம் கதியால், பூவரசு, கொய்யா, நாவல்கொப்பு, குறோட்டன் தடி, அன்னமுன்னா தடி என்று வகைதொகையின்றி அவர் பிடுங்கியும் வெட்டியும் எடுத்துவந்து எனக்கு வரிசை வரிசையாக பூசை நிகழ்த்தியபோதுகூட அவருக்கு வீரம் இருப்பதாக நான் துளியும் நம்பவில்லை. ஏனென்றால், எனக்கு அப்போதெல்லாம் அடி வாங்குவதென்பது பழகிப்போன ஒன்று. அடிப்பவர்களும்கூட பழகிப்போனவர்களாகவே இருந்தார்கள்.

ஆனால், அம்மாவை காதலித்த அந்த சம்பவத்தை கேட்ட பின்னர்தான் அப்பாவின்மீது ஒரு பெருமதிப்பே வந்தது. ஏனெனில், அம்மாவின் மூன்று அண்ணன்மார்களும் பெரியவர்கள். அதைவிட ஆளாளுக்கு போட்டி வைக்கக் கூடியளவுக்கு கரியவர்கள். மூவரையும் கூட்டினால் குறைந்தது 250 கிலோ தேறுவார்கள். அப்பாவின் இடத்தில் நான் இருந்திருந்தால் இவ்வளவு 'ரிஸ்க்' எடுத்திருக்கவே மாட்டேன். எடுத்திருந்தாலும் ஊரைவிட்டு ஓடியிருப்பேன். ஆனால், இவர் அம்மாவை காதலித்து திருமணம் செய்துகொண்டது மாத்திரமல்லாமல் சொந்த ஊரிலேயே எழுபது ஆண்டுகள் கோலோச்சி சாதனை படைத்திருக்கிறார்.

அந்த வீரத்துக்காகவே -
Happy Birthday அப்பா!

(25.03.2019)

வேடதாரிகள் எல்லோரும் போலிகள் அல்லர்

நத்தார் காலப்பகுதியில் நத்தார் கிழவன் வேடமிட்டு வீடு வீடாக சென்று கரோல் பஜனை பாடி ஆட்டம் போடுவது அப்போது புதியதொரு பரவசமாக தெரியத் தொடங்கியிருந்தது. எனக்கும் நத்தாருக்கும் எந்தத் தொடர்பும் இல்லையென்றாலும் அவ்வாறு நத்தார் கிழவன் வேடமணிந்து ஆடுவது அப்போது எனக்கு விருப்பமானதொரு விளையாட்டாக முளைவிட்டிருந்தது.

அம்மாவிடம் நீண்ட கருஞ்சிவப்பு சோட்டி ஒன்றிருந்தது. அதனை அவர் அணிந்ததிலும் பார்க்க நான் பயன்படுத்தியதுதான் அதிகம். அதனை போட்டுக்கொண்டு வயிற்றுக்கு இரண்டு தலையணைகளை வைத்து உள்ளே பெரியதொரு வடக்கயிறைப் போட்டு கட்டிவிடுவேன். மானிப்பாய் சந்தியிலுள்ள கணபதிப் பிள்ளை கடையில் நத்தார் நெருங்கும்போதே நத்தார் முகமூடிகள் விற்பனைக்குத் தொங்கிக்கொண்டிருக்கும். அவற்றில் நல்ல பெரியதொரு முகமூடியாக வாங்கி முகத்துக்கு போட்டுக் கொள்வேன். எங்களது வீட்டின் பெரிய கட்டில் சட்டமொன்று உருண்டையாக வழுவழு வென்று இருக்கும். அதனை கிழவனுக்கான தடியாக எடுத்துக் கொண்டு வீட்டின் பெரிய கண்ணாடிக்கு முன்பாக நின்று ஆடிப்பார்த்தேன். நன்றாகத்தானிருந்தது. இதனை ஏன் அடுத்தடுத்த கட்டங்களுக்கு - அதாவது அயலில் கொண்டுபோய் - அரங்கேற்றக் கூடாது என்று எண்ணினேன்.

முதன்முதலாக இந்த முயற்சியை முன்னெடுத்தபோது கிழவனுக்கு சில தடங்கல்கள் ஏற்பட்டுவிட்டன. சில தடங்கல்கள் என்று கூறுவதிலும் பார்க்க, பெரிய தடங்கல்கள் என்றே கூறலாம்.

எங்களுக்கு பின்வீட்டிலிருக்கும் 'ப்ரௌனி' என்ற நாயிற்கும் நத்தார் கிழவனுக்கும் இருந்த முன் பகை குறித்து எனக்கு அப்போது தெரிந்திருக்கவில்லை. நன்றாக பொசுபொசென்று தலையணையை வயிற்றில் கட்டி, முகமூடியைப் போட்டுக்கொண்டு, பின் வளவால் மம்மல் பொழுதொன்றில் 'கரோல் கரோல்' என்று கத்திக்கொண்டு போக, எலுமிச்சை மரத்துக்கு கீழ்

அதுபாட்டுக்கு படுத்துக்கிடந்த 'ப்ரௌனி' திடீரென்று மண்ணை உதறிக்கொண்டு எழும்பி கிழவனை கலைக்கத் தொடங்கிவிட்டது. ஒருநாளும் என்னோடு எந்தப் பிரச்சினையும் வைத்துக்கொள்ளாத அந்த நாய் ஏன் இப்படி கலைக்கிறது என்று குழம்பிப்போய், நான் போட்டிருந்த கிழவன் வேஷம்தான் பிரச்சினை என்று சுதாரிப்பதற்குள் நாய் வயிற்றில் கட்டியிருந்த முதலாவது தலையணையை பாய்ந்து பிய்க்க, நான் வேலி ஒன்றுக்குள் விழுந்தும் போனேன். அது விடவில்லை. உருட்டி உருட்டி அம்மாவின் சோட்டியையும் என்னிலிருந்து முழுதாக கழற்றுவதற்கு உறுமிக்கொண்டு நின்றது. வீட்டுக்குள்ளிருந்தவர்கள் வெளியில் ஓடிவந்தார்கள். முதலில், அவர்களும் யாரோ கள்ளன் என்று நினைத்து அல்லையில் போட்டு மிதிப்பதற்கு ஆயத்தம். முகமூடியைக் கழற்றுவதற்கு அவகாசமில்லாமல், உள்ளிருந்து கொண்டே என்னுடைய பெயரை சொல்லிக் கத்த, அவர்கள் ஒருவாறு என்னை அடையாளம் கண்டுகொண்டார்கள். நாயை அவர்கள் பிடித்துக் கட்டுவதற்கிடையில் ஒருவாறு நான் பக்கத்து விலாட் மாமரத்து மேல் பாய்ந்து ஏறி நின்றபோது, சோட்டித்துணி அரைவாசி கிழிந்து கீழே தொங்கிக் கொண்டிருந்தது. இருட்டுக்குள் தலையணைப் பஞ்சுகள் பறந்துகொண்டிருந்ததும் தெரிந்தது.

கிறிஸ்தவ மதம் தோன்றிய ஆயிரத்து சொச்சம் ஆண்டுகளில் ஒரு நத்தார் கிழவன் இவ்வளவு கேவலமாக நாயிடம் தாக்கு தலுக்குள்ளானது அந்த சம்பவமாகத்தானிருக்கும். அதுவும் மானிப்பாய் என்ற இடத்திலாகத்தான் இருக்கும். அப்படியொரு மரண பங்கம்.

ஆக, இந்தத் தகவல் அடுத்தநாளே அயல் முழுவதும் தெரிந்தது மாத்திரமல்லாமல் எங்கள் வீட்டுக்கும் விலாவாரியாக வந்து விட்டது.

நாயின் தாக்குதலினால் நாசமாகிப்போன அம்மாவின் சோட்டி, இரண்டு தலையணைகள் பற்றியெல்லாம் வீட்டில் கவலையில்லை. இப்படியொரு கோமாளிக்கூத்துக்கு இவன் எப்போது பழக்கப்பட்டவன் என்பது அப்பாவுக்கு அதிர்ச்சியாகப் போய்விட்டது. அடுத்தநாள் காலை, என்னை அழைத்து, "இனிமேல் இப்படியொன்றும் செய்யக்கூடாது" என்று கொய்யா பிரம்பின் துணையோடு சுதி மீட்டி சொல்லி முடித்திருந்தார்.

அடுத்த வருடம் மார்கழி வந்தது. கணபதிப்பிள்ளை கடையின் முன்னால் தொங்கிக்கொண்டிருந்த நத்தார் கிழவன் சோப்பு நுரைபோன்ற தாடிக்குள் ஒளிந்திருந்து என்னைப்

பார்த்துச் சிரித்தார். மழைக்காகத்தான் மேகம் அட கலைக்காகத்தான் நீயும்... உயிர் கலந்தாடுவோம் நாளும் மகனே வா - நத்தார் முகமூடி என்னைப் பார்த்துப் பாடியது. 'கொய்யாவிடம் கொய்யாப் பிரம்பினால் வாங்கியது காணாதா' - என்று மனசு உள்ளுக்குள் சைரன் அடித்தது. இருந்தாலும் சலங்கை கட்டுவது என்று முடிவெடுத்துக்கொண்டேன்.

இந்தத் தடவை நாய் பிரச்சினைக்கு முடிவு கட்டுவதற்கு தம்பியை முதலில் பின்வீடுகளுக்கு அனுப்பி, நத்தார் கிழவன் இன்னும் சில நிமிடங்களில் வரவுள்ளதால் அவரவர் நாயை பிடித்துக்கட்டும்படி கேட்டுக்கொண்டேன். பாதை 'கிளியர்' என்று உறுதியானவுடன் ஒவ்வொரு வீட்டுக்கும் போய் ஆட்டம் போட்டேன். அவரவர் வீட்டிலிருந்த ரேடியோவில் பாட்டுப் போட்டுவிட்டார்கள். அதற்கும் நத்தார் கிழவன் எக்ஸ்ட்ரா ஸ்டெப் போட்டார். 'சாருமதி நீ என் சந்தமடி' பாட்டுக்குக்கூட கிழவன் அப்போது ஆடியிருந்தார் என்பது உதிரித்தகவல். ஒரு வீட்டில் இருபது ரூபா காசும் குடுத்தார்கள். மலிபன் பிஸ்கட்டும் சோடாவும் தந்தார்கள். முகமூடியை கழற்றிப்போட்டு குடித்தேன். எல்லாம் நல்லபடியாக நடந்து வீட்டுக்கு வரும்போது இருட்டுக்குள் அப்பா பிரம்போடு காத்துக்கொண்டிருந்தார்; நானும் தம்பியும் எதிர்பார்க்கவே இல்லை.

இருபது ரூபா காசை வைத்து என்ன செய்யலாம் என்று இருட்டுக்குள் கனவுகண்டபடி வந்துகொண்டிருந்தபோது, 'சுளீர்' என்று கொய்யாப் பிரம்பு முதுகில் விழுந்தது. போன வருஷம் நாய், இந்தத் தடவை அப்பா. வித்தியாசம் அதுவொன்றுதானே தவிர மற்றும்படி அடி அதே அடிதான். அடி விழுந்தவுடன் ஓடத்தொடங்கியபோது வயிற்றில் கட்டியிருந்த தலையணை ஒன்று கழன்று கால்களுக்கு இடையில் விழுந்து இடறியதால் நந்தியாவெட்டை மரத்துக்குள் விழுந்துபோனேன். அப்பா பல முன்னாயத்தங்களுடன் தாக்குதல்களைத் தயார் செய்திருந்த காரணத்தினால் இருட்டுக்குள்ளேயும் இலக்கு தவறாமல் வலுவான அடிகளைப் பொழிந்துகொண்டிருந்தார். அதற்கான பாராட்டுக் களை அவருக்குக் கூறியபடி எழுந்து வீட்டுக்குள் ஓடி வந்து ஒளிந்ததில் அந்த வருடமும் பலத்த விழுப்புண்களுடன் நத்தார் கிழவன் தனது சேவையை நிறைவு செய்துகொண்டார்.

சிலுவை சுமந்த யேசுநாதர் முதல் கிறிஸ்தவத்தில் பெரிய பெரிய தியாகங்களையெல்லாம் செய்தவர்கள் வரிசையில் இந்த பரிசுத்த பையன் பஞ்சராகிப்போனான் என்று என்னை நானே சமாதானப்படுத்திக்கொண்டேன்.

போனதடவை சோட்டி கிழிந்து போனதால் இந்தத் தடவை அம்மாவின் சிவப்பு சேலையொன்றை சுத்திக்கட்டி அதற்குள் மேல் சேர்ட் ஒன்றையும் அணிந்து சென்றுதான் 'ஸ்டெப்' போட்டிருந்தேன். ஆக, இந்தத் தடவை அந்த சிவப்பு சேலையும் கிழிந்துவிட்டது.

இதை இங்கே ஏன் சொல்கிறேன் என்றால் வேடம் போடுபவர்கள் எல்லோரும் போலிகள் கிடையாது. நல்ல உள்ளங்களும் இருக்கிறார்கள். அவர்கள் ஊருக்காக வேடமிட்டு தங்களை தாங்களே வருத்திக்கொள்பவர்கள். அவர்களையும் இந்த உலகம் கலைத்து கலைத்து அடித்துக்கொண்டுதானிருக்கும்.

'BIGG BOSS' Season 3 வீட்டுக்குள் கோவில் மணிமாதிரி போலி போலி என்று எல்லோரிடமும் அடிவாங்கும் கவினைப் பார்த்தபோது கணபதிப்பிள்ளை கடையில் வாங்கி நான் போட்ட நத்தார் கிழவன் முகமூடி ஞாபகம்தான் வந்தது.

(செப்டம்பர்,14 - 2019)

வேட்டி

அன்று சைவபரிபாலன சபையினால் நடத்தப்பட்ட பண்ணிசைப்போட்டியில் பங்குபற்றுவதற்காக யாழ் இந்துக் கல்லூரி சார்பில் அனுப்பப்பட்டிருந்தேன். போட்டி நாளன்று பாடசாலை வாசலில் சங்கீத ஆசிரியர் பத்மநாதன் தந்து அனுப்பிவிட்ட சுருதிப்பெட்டியுடன் நின்று கொண்டிருந்த போது, அந்த வழியால் வந்த சங்கீத ஆசிரியை செல்வி செல்லத்துரை (அப்போது அவருக்கு கிட்டத்தட்ட 60 வயதிருக்கும்) - 'போட்டியில வெண்டா என்ன தருவாங்களாம்' - என்றார்.

'தங்கப்பதக்கம்' - என்றேன்.

'உனக்கெல்லாம் இரும்பிலயும் பதக்கம் கிடைக்காது. போய் ஏதோ கத்திப்போட்டு வா' என்று ஆசீர்வதித்துவிட்டு முகத்தைச் சுளித்துக்கொண்டு நடந்து போனார்.

போட்டி மண்டபத்துக்குப் போனேன். அதுவொரு சிறிய வகுப்பறை. மத்திய பிரிவில் பாடுவதற்குப் பலர் வந்திருந்தார்கள். மூன்று நடுவர்களுக்கு முன்பாக உட்கார்ந்திருந்து மாரிக்கால நுளம்புகள் மாதிரி "நொய்...." என்று இழுத்துக்கொண்டிருந்தார்கள். பயங்கர கடுப்பாக இருந்தது. இந்த நாயன்மார்கள் எப்போது எழும்பி, நான் எப்போது பாடி என்று எரிச்சலாகவும் இருந்தது.

வெளியில் சவுக்கு மரமொன்றுக்கு கீழ் சுருதிப்பெட்டியுடன் குந்தியபடி இருந்தேன். அப்போது, வெள்ளை நிறப் பாவாடை சட்டையில் மல்லிகைப்பூ வைத்தபடி ஆங்காங்கே பெண்கள் தங்கள் பாட்டு மற்றும் நடன நிகழ்ச்சிகளை முடித்தபின்னர் கூட்டமாக நின்று கதைத்தபடியிருந்தார்கள். சிலர் பாடசாலைக் கிணற்றடியில் தண்ணீர் அள்ளி பாவாடை நனையாமல் குடிப்பதற்கு கும்மாளமடித்துக் கொண்டிருந்தார்கள். என்னுடன் பாடுவதற்காக வருகை தந்திருந்த உயர்பிரிவு - கீழ்பிரிவு பாகவதர்கள் அனைவரும் பாடி முடித்தபிறகு, வெளியில் வந்து நின்று கிணற்றடிப்பக்கம் பார்த்துக்கொண்டிருந்தார்கள். நான் சவுண்டு கொடுத்து முடியாத காரணத்தினால் அவர்களுடன் அந்த பார்ட்டியில் கலந்துகொள்வதற்கு முடியவில்லை.

ஒருவாறு எனது இலக்கம் அழைக்கப்பட்டது. சுருதிப் பெட்டியுடன் உள்ளே போனேன். ஒருவர் வந்து பெட்டியில் பிடித்துக்கொண்டு சுருதியை ஆட்டத்தொடங்கினார்.

'விருதுகுன்றமா மேருவினாணர வாவன லெரியம்பா....' - திருக்கேதீஸ்வர பதிகம். பாடி முடித்து மிகுதி நான்கு பாடல்களையும் பாடி 'வான் முகில் வளாது பெய்க' - என்று பாடும்போது மனதுக்குள் ஐஸ்பெட்டியொன்று முழுதாக இறங்கிக்கொண்டிருப்பதைப் போலிருந்தது.

எத்தனையோ நாட்கள் இதற்காகச் செய்த பயிற்சிகளெல்லாம் இனி வாழ்நாளில் தேவையே இல்லை என்ற பேரின்பம் உடம்பு முழுவதிலும் ஊற்றிக்கொண்டதைப் போலிருந்தது. 'திருச்சிற்றம்பலம்' என்று சொன்னதுதான் தெரியும், அடுத்த கணம் எழுந்து மின்னல் வேகத்தில் வகுப்பறைக்கு வெளியில் ஓடிவந்துவிட்டேன்.

அப்போது மூன்று நடுவர்களும் புன்னகைத்தார்கள். மூவரும் பெண்கள்தானே. என்னைப் பார்த்தால் யாருக்குத்தான் அந்த உணர்வு வராது என்ற உயர்தர சிந்தனையோடு பதிலுக்கு நாணி விட்டு வந்துவிட்டேன்.

வெளியில் வந்தபோது, கிணற்றடியில் தண்ணி அள்ளிக்கொண்டு நின்ற வெள்ளைப் பாவாடைக் கூட்டமும் இப்போது என்னைப் பார்த்துச் சிரித்தது. நானும் பதிலுக்குச் சிரித்தேன். அவர்களில் சிலர் வாயைப் பொத்திக்கொண்டு வித்தியாசமாக சிரித்தார்கள்.

அப்போது பார்த்து, நான் பாடி முடித்த வகுப்பறைக் குள்ளிருந்து 'தெய்வீகன், வேட்டியை விழுத்திப்போட்டு போட்டீங்கள்' என்று சுருதி போட்ட தம்பி வேகமாக ஓடிவந்தார்.

குனிந்து பார்த்தேன். சீருடைக்காக தந்த நீலநிறத் துணியில், பின்னுக்கு இரண்டு 'ஹார்ட்' வைத்து நடுவில் அம்புவிட்ட காற்சட்டையில் நின்றுகொண்டிருந்தேன்.

'கடலோரக் கவிதைகள்' சத்யராஜ் போல அங்கு நின்று கொண்டிருந்த ரேகாக்களை பார்த்து சிரித்துக்கொண்டேன். சுருதி தம்பி கொண்டுவந்து தந்த வேகத்தில, வேட்டியை சுத்திக் கட்டிக்கொண்டு அங்கிருந்து கிளம்பிவிட்டேன்.

நேற்று நல்லூர் தேர்விழா படங்களை முகநூலில் பார்த்த போது, அங்கு நின்றுகொண்டிருந்த பக்தர்களின் வேட்டிகளை நோக்கித்தான் எனது கண்கள் மேய்ந்துகொண்டேயிருந்தன. அதனை எவ்வளவு தொழில்நுட்பத்தோடு செருகியிருக்கிறார்கள்

என்பதைப் பார்க்கவேண்டும் என்பதற்காக கொடூரமான தொப்பை வைத்திருந்தவர்களின் இடுப்பைக்கூட உற்றுப்பார்க்க வேண்டியதாயிற்று.

வேட்டி அணிதல் என்பது எங்களது பண்பாட்டின் கூறுதான். அது நாம் அணியும் ஆடைகளில் பெருமையோடு தரித்துக் கொள்ளும் பிரதம வஸ்திரம் என்பதெல்லாம் சரிதான்.

ஆனால், எதை எதையெல்லாமோ கண்டுபிடித்த வெள்ளைக் காரன், இந்த வேட்டிக்கொரு zip வைக்கும் தொழில்நுட்பத்தை இன்னும் கண்டுபிடிக்கவில்லை என்பது வளர்ச்சியடைந்திருக்கும் விஞ்ஞானத்தில் ஏற்பட்டிருக்கும் பெருந்துவாரமன்றி வேறேது!

அந்தப் போட்டியில் பின்னர் தங்கப்பதக்கமே பெற்றிருந்தாலும் கூட, அந்த மல்லிகைப்பூ வைத்த மண்டோதரி ஒருத்தி என்னைப் பார்த்து அன்று சிரித்த சிரிப்பு இன்றுவரை நெஞ்சில் கனன்று கொண்டிருக்கும் அமேசன் நெருப்பு.

(ஆகஸ்ட், 30 - 2019)

வித்தியாதரன் எனும் 'துரோகி'

மானிப்பாய் - நவாலி - சுதுமலை - சண்டிலிப்பாய் ஆகிய பிரதேசங்களிலிருந்த கோபுரமுள்ள மற்றும் கோபுரமில்லாத கோயில்கள் அனைத்திலும் பஞ்சபுராணங்கள் பாடி பக்திப்பழமாக தீட்சைக் குறிகளோடு திரிந்த எனது பால்யகாலம் பற்றிய பதிவு இது. பொறுமையில்லாதவர்களும் பொறாமை உள்ளவர்களும் வேறு வேலைகளிருந்தால் அதில் கவனத்தை செலுத்துவது நல்லது.

'இதுவொரு கந்தசஷ்டி காலப்பகுதியாக பிரகடனம் செய்யப்பட்டிருக்கும் நிலையில், ஆன்மீகம் சம்பந்தமான விடயங்களை ஏன் எழுதக்கூடாது' என்று தோழி ஒருத்தி இன்று கேட்டிருந்தாள். நான் அப்போது 'அஞ்சப்பர்' உணவகத்தில் 'பரமக்குடி சிக்கன்' என்ற ஸ்பெஷல் ஐட்டம் ஒன்றை பதம்பார்த்துக் கொண்டிருந்தேன். அவள் கேட்ட கேள்வி அந்த சிக்கினைக்கூட பீதியடைய வைத்திருக்கும். என்றாலும், 'பரவாயில்லை இன்று இரவுக்கு எழுதலாமே' என்று சொல்லிவிட்டு, வாயை துடைத்துக் கொண்டேன்.

விரதமிருப்பதை கடவுளுக்கு வட்டிகட்டுவதைப் போல கடைப்பிடித்து வருபவர் எனது தாயார். தான் நினைத்தது நடந்தால் அதற்காக ஒரு விரதமிருப்பார். அது நடப்பதற்கு முன்னரே, அது நடக்கவேண்டும் என்று advance விரதம் ஒன்றையும் அனுட்டித்து முடித்திருப்பார். அந்த task முடிந்தவுடன், அடுத்த வேண்டுதலுக்கு விரதத்தோடு தயாராவார். இப்படி, சங்கிலித் தொடராக விரதங்களை வெளுத்து வாங்குவதில் அவருக்கு நிகர் அவரே. 'ரகுநாதையர்' காலண்டரில் உள்ள அனைத்து விரதங் களையும் நோண்டி நொங்கெடுத்திருப்பார். இவர் இப்படியான ஒரு விரதப்போக்கென்றால், இவரது கணவர் எங்களுக்கு இந்த விரதங்களை காட்டிமிரட்டுவார். 'அம்மா சாப்பிடாமல் உங்களுக்காக சமைக்கிறார்', 'சாப்பிடாமல் உங்களுக்காக உடுப்பு துவைக்கிறார்' போன்ற உளவியல் தாக்குதல்களை நடத்தி அந்த விரதத்தைச் சுற்றி பெரிய அச்சுறுத்தலான வரைபடத்தைக் கீறி வெருட்டுவார்.

எனக்கு இந்த விரதங்களில் அறவே நம்பிக்கையில்லா விட்டாலும், இதனைப் பிடிப்பதொன்றும் அவ்வளவு பெரிய விடய மில்லை என்பதை இந்த உலகத்துக்கு - முக்கியமாக அப்பாவுக்கு - சாதித்துக் காண்பிக்க வேண்டும் என்ற கடுப்பு கனகாலமாக இருந்து வந்தது. ஆனால், அவ்வாறு உலகுக்கு நான் உண்மையை உணர்த்துவதற்கு எடுக்கப்போகும் ஆயுதம் பார்ப்பவர்களை கதி கலங்க வைப்பதாக இருக்கவேண்டும் என்று எண்ணியிருந்தேன்.

அந்தவகையில், ஒரு தடவை கந்தசஷ்டி விரதகாலம் வரும்போது, அதனை நான் அனுஷ்டிக்கப் போவதாக வீட்டில் கூறினேன். முதலில் சிரித்தார்கள். ஆனால், பால் பழத்தோடு மாத்திரம் தான் பிடிப்பேன் என்றும் நீராகாரம் கூட எடுக்க மாட்டேன் என்றும் கூறியபோது கொஞ்சம் சீரியஸானார்கள்.

எவரும் எதிர்பாராத அந்தநாள் வந்தது. நான் எனது சத்தியவேள்விக்குள் குதித்தேன்.

முதல்நாள் - மிகப்பெரியதொரு போர்முனையில் நான் தன்னந்தனியாக நின்றுகொண்டிருப்பது போலொரு உணர்வு நெஞ்சுக்குள் பொருமிக் கொண்டிருந்தது. அன்றைய தினம் தண்ணீர்கூட குடிக்காமல் விரதமிருக்கிறேன் என்பதை என்னாலேயே நம்பமுடியவில்லை. காலை சைக்கிளை எடுத்துக்கொண்டு கோயில் பக்கம் போகும்போது எதிர்ப்பட்டவர்கள் எல்லாருமே அற்பப் புழுவாகக் கண்ணுக்குத் தெரிந்தார்கள். இவர்கள் எல்லாம் இந்த உலகில் இனி வாழ்ந்து என்ன பயன் என்பது போல அவர்களை பார்த்து முகத்தை திருப்பிக்கொண்டேன். அன்றைய தினம் முழுவதற்கும் நான் நிச்சயம் தாக்குப் பிடிக்கமாட்டேன் என்பதை உறுதியாக நம்பிய அப்பா, மாலைவரை எனது விரதம் தொடர்பாக அம்மாவிடம் விசாரித்துப் பார்த்தாராம். நான் எனது கொள்கையில் கொஞ்சம் சீரியஸாகத் தான் நின்று கொண்டிருப்பதாக அம்மா சொல்லியிருக்கிறார்.

இரண்டாம் நாள் காலை எழுந்தபோது கொஞ்சம் அசதியாக இருந்தாலும் அதே போர்க்கள உணர்வு ஜம்மென்று தலையணையோடு தலைக்குள் ஏறிக்கொண்டது. நெஞ்சை நிமிர்த்திக்கொண்டு வீட்டுக்குள் நடந்துகொண்டேன். குளித்து விட்டு மருதடிப் பிள்ளையார்கோவில் போய்விட்டு, திரும்பி வரும்போது 'குலம்' ஐஸ்கிறீம் ஹவுஸிற்கு முன்பாக ஒரு பெரியவர் டீயுடன் பேப்பர் படித்தவாறு நின்றுகொண்டிருந்தார். அந்தப் பேப்பரில் என்ன இழவாவது இருந்துவிட்டுப் போகட்டும்.

அதற்காக எனக்கு முன்னால் நின்றுதான் அந்த டீயைக் குடிக்கவேண்டுமா. படுபாதகன். தலையை திருப்பிக்கொண்டு வீடுவந்து சேர்ந்துவிட்டேன். இரண்டாம் நாள், நிலவரங்களை அம்மாவிடம் கேட்டறிந்த அப்பா, இப்போது கொஞ்சம் சீரியஸாகி விட்டார். பின்னேரம் ஐந்து மணிக்கெல்லாம், இரண்டுகிலோ பேரீச்சம்பழம், ஐந்தாறு மாம்பழங்கள், பப்பாபழம் என்று பல ஐட்டங்களை வாங்கிக்கொண்டு வந்து முன்விறாந்தையில் பரவி வைத்துவிட்டு, நான் வரும் வரைக்கும் பார்த்துக் கொண்டிருந்தார். வீடு வந்த நான், அனைத்தின் மீதும் ஒரு ஏளனப்பார்வையை வீசிவிட்டு, 'பொன்னானாலும் வடிவேல் செய்யும் பொன்னாவேன், பனிப் பூவானாலும் சரவணப்பொய்கையில் பூவாவேன்' - என்று கூறிவிட்டு, வழக்கம்போல ஒரு வாழைப்பழத்தையும் இரண்டு மூன்று மிடறு பாலையும் அருந்திவிட்டு, படுக்கைக்குப் போய்விட்டேன்.

மூன்றாம்நாள் - கண்களைத் துடைத்துக்கொண்டு நித்திரை யால் எழுந்தபோது, அம்மா - அப்பா இருவரும் கட்டிலின் அருகே நின்றிந்தார்கள். 'ஏதாவது வரம் வேண்டுமாப்பா' என்ற லுக்கில் இருவரையும் கண்களை மெல்ல மூடித்திறந்துவிட்டு பார்த்தேன். 'அப்பு, இந்த விரதங்கள் ஒண்டும் எங்களுக்கு வேண்டாமென, உடம்புக்கு கூடாது, ஒருவேளை சாப்பிட்டுக் கொண்டு உபவாச மிருக்கலாம். அதை நீங்கள் பிடியுங்கோவன்' என்றார் அம்மா. வழக்கமாக என்னை அழைக்கின்ற 'நீ' என்ற சொல் 'நீங்கள்' என்று மாற்றமடைந்திருந்தமைக்குக் காரணமான இரண்டுநாள் விரதத்தை நினைத்து கொஞ்சம் வியந்தேன். ஆனால் வெளியில் காண்பித்துக் கொள்ளவில்லை. 'வள்ளி' ரஜினி போல எந்தப் பதிலும் பேசாமல், இருவரையும் பார்த்து தெய்வாம்ஸமாக ஒரு சிரிப்பை உதிர்த்துவிட்டு, துவாயை தோளில் போட்டுக் கொண்டு கிணற்றடிப்பக்கம் போய்விட்டேன். இப்போது அவர்கள் என்னைக் கிட்டத்தட்ட முருகனாகவே பார்க்கத் தொடங்கி விட்டார்கள் என்று எனக்கு தோன்றியது. பசியிருந்தாலும் அவர்களது அந்தப் பயம் எனக்கு நன்றாகவே பிடித்திருந்தது.

நான்காம்நாள் - வேலைக்குப் போகவேண்டிய நாள். அதுவும் இரவுவேலை. எப்போதும் நான்குமணிக்கே போய்விடுவது வழக்கம். இரண்டு மணிநேரமாக 'உதயன்' விளம்பரபீடம் முதல் அனைத்து இடங்களிலும் உழுது திரிந்துவிட்டு, ஆறுமணிக்கு இலங்கை ஒலிபரப்புக் கூட்டுத்தாபன செய்தியைப் பதிவு செய்வதற்காக ஆசிரியர் பீடத்துக்குள் அரக்கபறக்க நுழைந்து கானமயில் நாதனுக்கு 'சல்யூட்' அடித்து விடுவதுதான் routine.

அன்றைய தினம், அலுவலகத்தக்குள் புகுந்த மாத்திரத்திலேயே ஆசிரியர் பீடத்துக்கு நேர்கீழாக இருந்த இடத்தில் ஏதோ களேபரம். ஓடிச்சென்று பார்த்தால், வித்தி அண்ணரும் இன்னும் இருவரும் (சரியாக ஞாபகமில்லை. ஒருவர் பிறேமாக இருக்கவேண்டும்) மாங்காய்களை கொக்கத் தடியால் அடித்து வீழ்த்திக் கொண்டிருந்தார்கள்.

என்னைக் கண்டவுடன் - ‘ஆ... வந்திட்டான். ஓடிவா.....இந்த தடியால அடி பாப்பம்’ என்று கொக்கத்தடியை என்னிடம் தந்துவிட்டு, அதுவரை விழுத்திய மாங்காய்களைப் பொறுக்கினார் வித்தி அண்ணர்.

‘இதுக்கேன் கொக்கத்தடி’ என்று நான் மரத்தின் மேலேயே ஏறி கொஞ்ச மாங்காய்களை பிடுங்கிக் கீழேபோட்டேன்.

‘சரி சரிவா. ஆசிரியர் பார்க்கப் போறார்’ என்று எல்லோரும் மாங்காய்களைப் பொறுக்கிக்கொண்டு போய் ஓரிடத்தில் போட, குகநாதன் சேர் மிளகாய்த் தூளையும் உப்பையும் பிரட்டிக் கொண்டு ஆசிரியர் பீட குசினியிலிருந்து ‘இதோ வந்திட்டேஏஏஏ ஏஏஏஏஏஏன்’ என்று ஓடிவந்தார்.

அப்போதுதான் அங்கு நடைபெறப்போகும் விபரீதம் புரிந்தது. அந்த மாங்காய்களில் கொஞ்சத்தை எடுத்து மாறிமாறி குத்தி மிளகாய்த்தூள் - உப்பில் தொட்டு அவர்கள் அடிக்கத் தொடங்கினார்கள்.

பிள்ளையாரிடம் தோற்றுப்போன முருகப்பெருமான் எனக்கு அதே மாங்காய் வாயிலாக ‘டெஸ்ட்’ வைக்கிறார் என்பது நன்றாகப் புரிந்தது.

ஆனால், மூன்றுநாள் விரதத்தின் பயனும் கண்முன்னே கிடைத்துவிட்டது போல ஒரு உணர்வு உமிழ்நீர் சுரப்பிகளில் மின்னல்வெட்டியது.

மன்னிக்கத் தெரியாதவர் எல்லாம் ஒரு கடவுளா என்ற தத்துவம் மனதில் பிறந்தது.

‘மாங்காய் ஒண்டை எடுத்து குத்து, என்ன பாத்துக்கொண்டு நிக்கிறாய்’ என்று கொக்கத் தடியோடு நின்று சொன்ன வித்தியண்ணர், முருகப்பெருமான் வேலோடு நின்று எனது விரதத்துக்கு discount தருவது போலவே தெரிந்தார்.

மாங்காய் தெறித்தது. விரதம் முறிந்தது.

பலாலியில் அரைக்காற்சட்டையோடு மறவன்புலவு சச்சிதானந்தத்துக்கு பக்கத்தில் இருந்திருக்க வேண்டிய ஒரு சைவப் பெரியாரின் வாழ்வு, அந்த மாங்காய்த் துண்டுகளுக்குள் மரித்துப் போனது.

எனது ஆன்மீகப் பயணத்தினை நான்காம் நாளே குழி தோண்டிப் புதைத்த வித்தி அண்ணரை துரோகியாக இங்கே குறிப்பிட்டாலும் துணைத் துரோகியாக வேண்டிய சகலதகுதியும் குகநாதன் அவர்களுக்கு உண்டு என்பது இங்கு பக்தியோடு சுட்டிக் காட்டப்பட வேண்டிய ஒன்று.

ஓம்முருகா!

(12/11/2018)

தாமரைக்குள ஞாபகங்கள்

மருதடிப்பிள்ளையார் கோவில் மஞ்சத்திருவிழா நடந்து கொண்டிருந்த அதேநாளன்றுதான் சங்குவேலிக்குள் அந்த இசைக்கச்சேரி நடைபெற்றது. அது ஒரு வைரவர் கோவில் பொங்கலாக இருக்கவேண்டும். எனக்கு நான்கு பாடல்கள் என்று எங்களது இசையமைப்பாளர் தினேஷ் முன்னரே பயிற்சியெல்லாம் தந்து, பள்ளிக்கூடத்தில் குமாரசாமி மண்டபத்தின் பின் அறையில் இரகசியமாக ஒத்திகைகளையும் பார்த்து முடித்திருந்தோம்.

வைரவர் மடை முடிந்து இசைக்கச்சேரி தொடங்கப் போகிறது. 'பிள்ளையார் சுழிபோட்டு நீ நல்லதை தொடங்கிவிடு.' பாடவேண்டிய நான், மருதடியான் மஞ்சத்துக்குப் பின்னால் இழுபட்டுக்கொண்டு நின்றேன். மஞ்சத்தைப் பார்ப்பதிலும் பார்க்க அப்பா என்னைத்தான் அதிகம் நோட்டம் விட்டுக்கொண்டிருந்தார். ஆக, அந்தக் கண்காணிப்பு வலயத்திலிருந்து தப்பி சங்குவேலிப் பக்கம் பாய்வதற்குக் கடின உழைப்பு தேவைப்பட்டது. ஒருமாதிரி வடக்கு வீதியை மஞ்சம் தாண்டியபோது, மடப்பள்ளி பக்கத்தால் பாய்ந்து சென்று சைக்கிளை எடுத்துக்கொண்டு பறந்துவிட்டேன்.

மொத்த இசைக்குழுவுக்கும் என்னை பார்த்ததில் ஏக சந்தோஷம். தினேஷ் அண்ணன் மடையில் கொடுத்த வடையின் கடைசித் துண்டையும் கடித்துவிட்டு மேடையில் ஏறினார்.

பக்கத்து வீட்டில் சைக்கிளை விட்டது ஞாபகம். ஆனால், பூட்டியதாக ஞாபகமில்லை. திரும்பிப்போய் பார்த்து வருவமா என்பதற்குள் -

'அன்புள்ள புள்ள புள்ள புள்ள, ரசிக க க க, பெரு மக்களே ளே ளே ளே' என்று தொடங்கிய எங்கள் நிகழ்ச்சி அறிவிப்பாளர் ஜெனரேட்டர் சவுண்டையும் தாண்டி தனது கம்பீரக் குரலால் முதல் பாடலுக்கான பில்ட் அப்புக்களை கொடுத்துக்கொண்டிருந்தார்.

வாத்திய அறிமுகத்தை முதலிலேயே தொடங்கியவர், Octapad வாத்தியம் இந்த மேடையில்தான் முதல்முறையாக யாழ்ப்பாணத்திலேயே பயன்படுத்தப்படுவதாக பெருமையாகச்

சொன்னார். தினேஷ் அண்ணன் தலையிலடித்துக்கொண்டார். அதன் பிறகு, என்னையும் முதன்முறையாக யாழ் மேடையிலே அறிமுகம் செய்வதாகக் கூறினார். சனத்துக்கு ஏக சந்தோஷம். ஏதோ 'வண்டிச்சக்கரம்' படத்தில் சில்க் ஸ்மிதாவை அறிமுகம் செய்த கணக்கில் அவர்தான் பெருமைப்படுகிறார் என்றால், முன்னுக் கிருந்த சனம் அதைவிட பெரிய புளுகத்தில் கைதட்டியது. மேடையின் முன்னால் ஏகப்பட்ட சனம் வெளிச்சத்துக்குள்ளாலும் நன்றாகத் தெரிந்தது. தூரத்தில் முன்வீட்டு துலா நுனியில் ஏறி நின்றுகொண்டு ஒருத்தன் 'Come on தெய்வீ' என்றான். எனக்கு இப்போது பல பிரச்சினைகள் மண்டைக்குள் ஓடிக்கொண்டிருந்தன.

வீட்டுக்குத் தெரியாமல் வந்ததும் இல்லாமல், வந்த சைக்கிளையும் பூட்டியதாகத் தெரியவில்லை. வைரவர் மடைக்கு வந்தவன் யாராவது சைக்கிளை தூக்கிக் கொண்டுபோய்விட்டால், வீடு போக வழியில்லை. இதுக்குள்ள முதல்பாட்டு நான்தான். 'சறுகப்படாது' எண்டு தினேஷ் அண்ணன் சொன்னதுவேறு முன்னுக்குப் போட்டுக் கிடக்கும் லைட் போல மண்டைக்குள் குத்திக்கொண்டிருந்தது. அப்போது திடீரென்று அப்பாவின் ஞாபகம் வேறு வந்து தொலைத்தது. வடக்கு வீதியிலிருந்து எனக்குப் பின்னாலேயே வந்து இந்த கூட்டத்துக்குள் நிற்கிறாரோ என்றொரு சந்தேகம். வெளிச்சத்தை விட அவரது முகம் பளீர் என்ற முகத்தில் அறைந்தது.

துலாவில நின்றவன் இரண்டாம்தரம் கத்தினான். 'Come on தெய்வீ.....'

அந்த மூதேவி, நிச்சயமாக என்னோடு ரியூஷனில் பின்வாங்கில் இருக்கிற வானரமாகத்தான் இருக்கவேணும். என்னுடைய நிலையறியாமல் சங்கு ஊதிக்கொண்டு நின்றான்.

நடுங்குவது தெரியாமல் இரண்டு கைகளாலும் மைக்கை இறுகப் பிடித்துக்கொண்டேன்.

நாதஸ்வரமும் தவிலும் முழங்க பாட்டு தொடங்கியது. சரியான இடத்தில் தாளம் பிசகாமல் பாட்டு take off ஆகிவிட்டது. நெஞ்சுக்குள் அதுவரையிருந்த பாரம் கொஞ்சம் கொஞ்சமாக குறைந்துகொண்டிருந்தது. இரண்டாவது வரியிலிருந்து சீர்காழி போல குரலை அசைத்துப் பிசைந்து குழைத்தெல்லாம் பாட முயன்றேன். எனக்கே செம ஜாலியாக இருந்தது. என்னுடைய கூத்தைப் பார்ப்பதற்கு எனக்கு முன்னால ஒரு கூட்டம்வேறு. சொல்லவா வேணும்.

அப்போதுதான், முதலாவது அனர்த்தம் நிகழ்ந்தது. அதாவது, சரணம் பாடி முடிந்து, பல்லவி பாடுவதற்கு இடையில், தாளம் ஒரு தடவை நின்று எழும்பவேண்டும். Octapadகாறன் சுழட்டி அடித்துவிட்டு கூட்டத்துக்குக் காட்டுவதற்காக ஓங்கி அடித்திருக்கிறான், ஒரு குச்சி உடைந்துவிட்டது.

சாதுவாக சத்தம் ஒன்று கேட்டதுதான், ஆனால், குச்சி உடையுமளவுக்கு அடித்திருப்பான் என்று நான் நினைத்தே யிருக்கவில்லை. அது சரி, 'பிள்ளையார் சுழி போட்டு' பாட்டுக்கு ஏன்டா octapad?

இதற்குள் முன்வரிசையில் இருந்த கொஞ்சப்பேர் இதைப் பார்த்து 'கூ...' அடித்தும் விட்டார்கள். நல்ல காலம் துலாவிலிருந்தவனுக்குக் கேட்கவில்லை.

முதல் பாட்டிலேயே இப்படி ரணகளப்படுத்திப் போட்டானே? எனக்கு கடுப்பு. தினேஷ் அண்ணனைப் பார்த்தேன். அவர் முகமே அடுப்பு மாதிரி கோபத்தில் வெந்துபோயிருந்தது. கீபோர்ட்டை குத்தி குத்தி வாசித்துக் கொண்டிருந்தார்.

பாட்டு முடிந்தபோது விசில் அடி காதைக் கிழித்தது. எங்கெங்கோ இருந்தெல்லாம் சத்தம் வந்தது. இருட்டுக்குள் மரங்களுக்குள் இருந்துகூட பார்த்துக்கொண்டிருக்கிறார்கள் என்பது அப்போதுதான் தெரிந்தது. தினேஷ் அண்ணனுக்கு அடுப்பு கொஞ்சம் ஆறியிருந்தது.

அதற்குப்பிறகு, நான்காவது பாட்டாக 'மணிமேகலையே மணி ஆகலையே' பாடுவதற்கு ஏறியபோது - யாழ்ப்பாணத் திலேயே முதல்முறையாக மேடையேறிய அந்த ஒக்டபாட்டை அந்தத் தம்பி மிகவும் ஒழுக்கமாக வாசித்துக்கொண்டிருந்தார். ஒரு கையை இயன்றளவு மேலே தூக்காமல் வாசித்துக் கொண்டிருந்த போது, பாட்டின் நடுவே எட்டிப்பார்த்தேன், உடைந்துபோன குச்சிக்கு பதிலாக பக்கத்து வீட்டில் அகப்பை காம்பை வாங்கிக் கொடுத்திருக்கிறார்கள். அதை வைத்து சமாளித்துக் கொண்டிருந்தார்.

என்னுடைய நான்கு பாடல்களும் முடிவடைந்ததும் ஒரே ஓட்டமாக பக்கத்து வீட்டுக்கு வந்து பார்த்தால், சைக்கிள் நின்றது. ஆனால், வீட்டுக்காரரர் படலையை பெரிய பூட்டு போட்டு பூட்டிவிட்டு இசைக்கச்சேரி பார்க்கப் போய்விட்டிருந் தார்கள். பாட்டுக்காரன் இருட்டுக்குள் சைக்கிள் மீட்புப் போராட்டம் நடத்திக்கொண்டிருக்க, ரசிகப்பெருமக்களோ அடுத்த வளவிலிருந்து விசிலடித்துக் கொண்டிருந்தார்கள். ஒருவாறு

படலைக்கு மேலால் சைக்கிளை தூக்கிப்போட்டு விழுந்தடித்து ஓடிவர, வழிநெடுக நின்ற நாய்கள் அனைத்தும் மிகவேகமாகவே வீட்டுக்கு வந்து விடுவதற்கு தங்களால் இயன்ற உதவிகளை செய்திருந்தன.

அடுத்தநாள் பதினொராம் திருவிழாவில் மருதடிப் பிள்ளையார் கோவில் தாமரைக்குளத்துக்கு பக்கத்தில் நின்ற என்னிடம் ஓடிவந்த தினேஷ் அண்ணன், கையில் ஒரு கடித உறையைத் திணித்துவிட்டு 'நல்லாப் பாடினாய்' என்று சொல்லிவிட்டுப் போனார்.

எனது வாழ்வில் முதல்முதலாகப் பாடியதற்காக கிடைத்த பணம் அதுதான். திறந்து பார்த்தபோது சிவப்பு நிற நூறு ருபாய் தாள் சிரித்தது.

அதற்குப்பிறகு, முதன்முதலாக - கிட்டத்தட்ட இருபது வருடங்களுக்கு பிறகு - கடந்த வாரம் மெல்பேர்னில் நடைபெற்ற இசைநிகழ்வில் பாடியதற்காக, நிகழ்வு ஒருங்கிணைப்பாளர் கையிலே கடித உறை ஒன்றைத் தந்துவிட்டுப் போனார்.

'கணீர்' என்று தாமரைக்குள ஞாபகங்கள் தாலாடிப் போயின. திறந்து பார்த்தபோது ஆயிரம் இளையராஜாக்கள் அந்தத் தாமரைகளில் கோர்ட்டு சூட் போட்டு கிற்றார் அடித்துக் கொண்டு நின்றார்கள்.

(ஜூலை, 16 - 2019)

எனை வென்ற சிங்களம்

கல்விப் பொதுத் தராதர உயர்தரப்பரீட்சை எடுத்த பிறகு யாழ்ப்பாணத்தில் இருப்பவர்களுக்கு ஒரு இறுக்கமான கலாச்சாரம் இருந்தது. ஒன்றில், பிறீட்டோவிடம் ஆங்கிலம் படிக்கப் போவது. அல்லது, மானிப்பாய் மற்றும் சுற்று வட்டாரத்திலிருப்பவர்கள் லீலா கிருஷ்ணன் என்பவரிடம் சிங்களம் படிக்கப்போவது.

இரண்டுமே அந்தக் காலத்தில் மிகப் பிரபலமானது. பிறீட்டோவின் ஆங்கிலம் எங்களுக்கு அப்போது அவ்வளவாகப் பிடிக்கவில்லை. ஏனெனில், அவர் இரட்டை அர்த்த பகடிகள் விடுகின்றவர் என்று பரவலாக ஒரு கதை நிலவியது. அதைக் கேள்விப்பட்டதிலிருந்து நாங்கள் அங்கு போவதில்லை என்று முடிவெடுத்துக் கொண்டோம். ஏனெனில், அக்காலப்பகுதியில் எங்களுக்கு அவரைவிட அப்படியான பகடிகள் அதிகம் தெரிந்திருந்தது. பிறகேன், அவரிடம் போய் நேரத்தை வீணடிக்க வேண்டும் என்ற அவரைப் புறக்கணித்துவிட்டோம்.

ஆக, லீலா கிருஷ்ணனிடம் சிங்களம் படிப்பதற்காகப் போகத் தீர்மானித்துக் கொண்டோம்.

மானிப்பாயில் ஆர்மிக்காரர்கள் சுற்றிவளைத்துத் தேடுதல் நடத்துகின்ற போதெல்லாம், லீலா கிருஷ்ணனை எங்கிருந்தாலும் ஜீப்பில் ஏற்றிவந்து விடுவார்கள். அவ்வளவுக்கு அவருக்கு சிங்களம் தெரியும். அவர் ஜீப்பில் ஏறிய நாள் முதல் அவருக்கு ஊரில் மவுசும் ஏறியிருந்தது.

அப்படிப்பட்டவரிடம், நாங்கள் சிங்களம் படிக்கப்போன முதலாவது வகுப்பில் 'சந்த மாமா சந்த மாமா வரேங் வரேங்' - என்று தலையை வலமும் இடமுமாக ஆட்டி ஆட்டி பாடிக் காட்டினார். முன்வாங்கிலிருந்த அனுராஜ் அவரது சாய்பாபா தலைமுடியின் அசைவுக்கு சந்தம் பிசகாமல் தலையை ஆட்டினான். நாங்கள் பின்வாங்கிலிருந்து சந்த மாமாவுக்கு ஆடினோம்.

முதலாவது வகுப்பு முடிந்து வெளியில் வந்தபோது அரைவாசி ஆமத்துரையாகிவிட்ட திருப்தி எங்கள் எல்லோரது

முகத்திலும் தெரிந்தது. சாதுவாக தலையைத் தடவிப்பார்த்துக் கொண்டோம். அன்று பின்னேரமே, மானிப்பாய் சந்தியில் நின்று கொண்டிருந்த ஆர்மிக்காரனை பார்த்து சிரித்தேன். என்றைக்கும் இல்லாமல் இன்றைக்கு மட்டும் ஏன் லூசு மாதிரி சிரிக்கிறான் என்ற சந்தேகத்தில் அவன் மறித்து அடையாள அட்டையைக் கேட்டால், இறங்கிய வேகத்தில் 'சந்த மாமா' பாடலை பாடிக் காட்டிவிடவேண்டும் என்ற வெறி உள்ளுக்குள் தகித்துக் கொண்டிருந்தது. இதற்காக, மானிப்பாய் பெருந் தெருக்களில் மாத்திரமல்லாமல், சுதுமலை - உடுவில் - சண்டிலிப்பாய்வரை வீதிகளில் போன அத்தனை ஆர்மிக்காரர்களைப் பார்த்துச் சிரித்தும்கூட, ஒருத்தனுக்கும் அந்த வாய்ப்பு கிட்டவில்லை.

பௌத்த மேலாதிக்க வெறிபிடித்த அவர்களை திட்டித் தீர்த்துவிட்டு, நான்காவது ஐந்தாவது வகுப்புக்குப் போனால், முன்னுக்கு இருந்து சந்த மாமாவுக்கு தலையாட்டின அனுராஜை காணவில்லை. லீலா கிருஷ்னன் இப்போது நேரே என்னைப் பார்த்து 'பிச்சி மல் கொண்டு வரேங்' - என்று தலையை ஆட்டத்தொடங்கினார்.

இதென்ன இழவடா, இந்தாள் வாங்குற 20 ரூபா காசுக்கு சந்த மாமாவையே வைத்து பாடி முடித்துவிடப் போகிறது என்று எல்லோரையும்போல ஐந்தாவது ஆறாவது வகுப்போடு நின்றுவிட்டேன்.

பிறகு நானறிந்தளவில், அவரிடம் சிங்களம் படிக்கப்போன எல்லோருக்கும் 'சந்த மாமா' பாட்டொன்றுதான் தெரியும் என்று கேள்விப்பட்டேன்.

அதன்பின்னர், மானிப்பாயில் நடந்த சுற்றிவளைப்புக்களின் போதெல்லாம் லீலா கிருஷ்ணனை ஆர்மிக்காரன் ஜீப்பில் கொண்டுவந்து இறக்கினால், ஆர்மியைவிட அந்தாளைப் பார்த்தால் எனக்குப் பயம். நான் கடைசி வகுப்புக்கு காசும் கொடுக்காமல் சொல்லாமல்கொள்ளாமல் நின்றதுதான் அந்த எக்ஸ்ட்ரா பயத்துக்கு காரணம்.

இத்தோடு, சமாதியான சிங்கள மொழி மீதான எனது காதல் கொழும்பு வந்த பிறகு மீண்டும் பிய்த்துக்கொண்டு கிளம்பியது. ஆனால், வெள்ளவத்தையில் இருந்துகொண்டு எப்படி சிங்களம் கற்பது? இருந்தாலும், ஒவ்வொரு சொல்லாக கோர்த்து கோர்த்து சொல்லிப் பழகி, ஒருநாள் சிங்களக்கடை ஒன்றில் போய் - 'பாண் இன்னவத' - என்று கேட்டதுடன், அந்த முயற்சியும் கவிழ்ந்துவிட்டது. கடைக்கார மனுசன், நல்ல

தமிழில் 'தம்பி, அது இன்னவத இல்லை, தியனவத' என்று மூஞ்சியில் கரியை அல்ல தணலையே அள்ளிக்கொட்டின மாதிரி சிரித்துவேறு சொல்லி அனுப்பிவிட்டார். கொழும்பில் நான் முகங்கொடுத்த ஆகப்பெரிய அவமானங்களில் ஒன்று அது.

போன வாரம், வேலையில் எனது மனேஜரை தூக்கி விட்டார்கள். அவரின் இடத்துக்கு வந்திருப்பவர் சிறிலங்காவை சேர்ந்த பறங்கியர். அவர் சிறிலங்கர் என்ற கேள்விப்பட்ட வுடனேயே வேலையிலுள்ள அத்தனை பேரும் என்னிடம் வந்து, 'புதுசா வந்திருப்பவர் சுவிஸ் வங்கியில் வைத்திருக்கும் கணக்கு உட்பட அத்தனை விவரங்களையும் உருவி எங்களிடம் தந்துவிட வேண்டும்' என்று குசுகுசுத்து விட்டுப்போனர்கள்.

'அதையேன் என்னிடம் கேட்கிறீர்கள் லகட பாண்டிகளா' என்று கேட்டேன்.

'நீதான் சிறிலங்கனாயிற்றே, உன்னுடன் நிச்சயம் சரளமாகத் தனது இரகசியங்களையெல்லாம் கதைப்பார். எங்கள் ஒவ்வொருவர் பற்றியும் பேசுவார். உன்னுடைய மொழியின் லாவகத்தை பயன் படுத்தி எல்லாவற்றையும் உருவி எங்களுக்கு சொல்லிவிடடா தங்கமே' என்று கன்னத்தைக் கிள்ளிவிட்டுப் போனார்கள்.

என்னுடைய சிங்களத்தை வைத்து அரை இறாத்தல் பாண்கூட வாங்க வழியில்லாமல் மானங்கெட்ட செய்தியை இந்த கல்பணிஸ் மண்டைகளுக்கு எப்படித்தான் புரியவைப்பேன் பராபரமே...

'சந்த மாமா சந்த மாமா வரேங் வரேங்...'

(ஆகஸ்ட், 27 - 2019)

பாஸ்கி என்ற மந்திரச்சொல்

மானிப்பாய் பரிஷ் தொடர்பாக கடந்து பத்து வருடங்களுக்கு உட்பட்ட ஏதாவது நினைவுகளை பகிர்ந்து கொள்ளுமாறு தோழர் துஷாரா அவர்கள் முகநூல் ஊடாக அறிவித்திருந்தார். நினைவுகளை மீட்டுவதும் அவற்றை ஆவணம் செய்வதும் அருமையான முயற்சி. அதுவும் இளையவர்கள் - விளையாட்டுகளில் வெறித்தனமாக உருண்டு புரள்பவர்கள் - தங்களது நினைவுகளைப் பதிவு செய்து கொள்வது பூரிப்பான அனுபவம். காலம் கடந்து மீட்டிப் பார்க்கும் போது அவை தருகின்ற போதை மட்டற்றது. பல நூற்றுக் கணக்கான '96' படங்களின் பரவசத்தை அள்ளித் தரக்கூடிய அலாதியானது.

மானிப்பாய் பரீஷை மையமாக வைத்து நான் எழுதக்கூடிய நினைவுகள் விசாலமானவை. அவற்றை இந்த ஒரு பதிவில் நெருக்கிவிடமுடியாது. வீரா அண்ணையின் தாடிபோல நெருக்கமானது. குலம் கிறீம் ஹவுஸ் குளிர்களி போல அசுர சுவையானது. பட்டுமாமா போல சிறியதாக இந்தப் பதிவில் அடக்கிவிடுவது மானிப்பாயிற்கும் அந்தப் பெருநகர் பெற்றெடுத்த அண்ணல்களுக்கும் செய்யும் பெரும் துரோகம்.

ஆனால், என்னளவில் என்னுள் வாழுகின்ற என்றைக்கும் பசுமையான - மானிப்பாய் பரிஷின் தனிப்பெரும் அடையாளம் ஒன்றைப்பற்றி இங்கே பதிவு செய்யலாம் என்றெண்ணுகிறேன்.

அந்த அடையாளம்தான் பாஸ்கி/பாக்கி என்று செல்லமாக அழைக்கப்படும் பாஸ்கரன்.

எப்போதும் தலைகுனிந்த உருவம். மானிப்பாயிலுள்ள பெரும்பாலான பெண்களை விடவும் வெட்கப்படுகின்ற ஒரு ஆண்மகன். அளந்து பேசுகின்ற அப்பாவி என்று சட்டென்று ஒரு முடிவுக்கு வந்து விடமுடியாத குசும்பன். நண்பர்கள் கூட்டத்தில், பாஸ்கரனின் குரல் எப்போதும் கிடாய் ஆடு வெட்டுவதுபோல குழறிக்கொண்டேயிருக்கும். வயது வேறு பாடின்றி பெருமெண்ணிக்கையான நண்பர்கள் கூட்டத்தை சம்பாதித்துக் கொண்ட ராசிக்காரன்.

Thats is Selvaratnam Baskaran

மானிப்பாய் நகருக்கு வெளிநாட்டு கிரிக்கெட் அணி ஒன்று அண்மையில் விஜயம் செய்து சிநேகபூர்வ கிரிக்கெட் போட்டி யொன்றை விளையாடியது . லண்டனிலிருந்து சென்ற மானிப்பாய் பரீஷ் விளையாட்டு கழக லண்டன் அணியின் 40 வயதுக்கு மேற்பட்டோர் அணிக்கும் தாயகத்திலுள்ள மானிப்பாய் பரீஷ் கழகத்தின் 40 வயதுக்கும் மேற்பட்டவர்களுக்கும் இடையிலான இந்தப் போட்டி மிகவும் உணர்வுபூர்வமாக அமைந்திருந்தது. ஏனெனில், ஒரு காலத்தில் விசாலமான மானிப்பாய் இந்துக் கல்லூரி மைதானத்தில் யாழ். நகர்மைய பாடசாலைகளின் அணிகள் வந்து விளையாடாதா என்று இலுப்பையின் கீழ் நகம் கடித்துக் கொண்டு நின்ற எங்களுக்கு - இன்று லண்டனிலிருந்து ஒரு அணி அங்கு போய் எங்கள் தோழர்களுடன் விளையாடி யிருக்கிறது என்றால் பெருமிதம் தானே!

இந்த கிரிக்கெட் போட்டியின் மூலம் மானிப்பாயில் எத்தனை பேருக்கு நாற்பது வயது வந்துவிட்டது என்ற உண்மை வெளிவந்திருப்பதும் அதற்காக பிரித்தானியாவிலிருந்து உண்மையைக் கண்டறியும் குழுவாக கிரிக்கெட் அணியினர் சென்றிருந்தமையும் கூட அருமையான விடயங்கள் தான்.

ஆட்டத்தின் முடிவில் பரிசளிப்பை ஒழுங்கு செய்து கொண்டிருந்த லண்டன் ஆட்டக்காரர் ஒருவர் ஆட்டநாயகன் விருதை வழங்குவதற்கு முன்னர் இப்படிக்கூறினார்.

"Superb batting was displayed by lovely shots, Mr.Baskaran"

பாஸ்கரன்.

மானிப்பாய் மாத்திரமல்ல, யாழ்ப்பாண கிரிக்கெட் உலகமே மறக்க முடியாத ஒரு மந்திரச்சொல். தொண்ணூறுகளின் நடுப் பகுதியில் யாழ் கிரிக்கெட் உலகினை கிறங்கடித்துக் கொண்டிருந்த மின்னல் வேக ஆட்டக்காரர்களின் மத்தியில் தனித்துவமான தனது துடுப்பாட்டத்தின் மூலம் தரத்தை பேணிய வீரன். கொக்குவில் என்றால் பண்டா, யாழ்ப்பாணம் இந்துக்கல்லூரி என்றால் வரதன் - ஜெயராஜ், சென்ஜோன்ஸ் என்றால் காண்டி, வட்டுக்கோட்டை என்றால் வீரசுதன், ஷப்றா என்றால் ஜேக்கப் என்று வெவ்வேறு காலகட்டங்களில் தங்களின் பெயர்களால் அடையாளங்களை வழங்கிக்கொண்டிருந்த கிரிக்கெட் நட்சத்திரங் களுக்குள் மானிப்பாயிற்கு ஒரு அடையாளத்தை வழங்கிக் கொண்டவர்கள் பாஸ்கரனும் வீரா அண்ணனும் என்று சொன்னால் அதில் பிழையேதும் இருக்காது.

இவர்களின் காலத்துக்கு பிறகு சுயேட்சைக்குழுக்கள் போல எத்தனையோ வீரர்கள் வந்தார்கள், சாத்து சாத்தென்று சாத்தினார்கள். யாழ்ப்பாணத்தின் கிரிக்கெட் சரித்திரத்தையே புரட்டி எடுத்தார்கள்.

ஏன்மை தானத்துக்குள்ளேயும் புகுந்து விளையாடியவர்களைப் புரட்டி எடுத்தார்கள். அவையெல்லாம் பிந்தி வந்த வரலாறு.

ஆனால், ஒரு காலத்தில் கிரிக்கெட்டின் அடிப்படைகளை அச்சொட்டாக விளையாடி அந்த விளையாட்டுக்கு நீதி செய்தவர்களில் முக்கியமானவர் பாஸ்கரன். பாஸ்கரன் என்ற பெயர் அநேகமாக அந்தக் காலத்தில் ஒரு வேகப்பந்து வீச்சாளராக அறியப் பட்டபோதும், அவரது கை கழன்று தொந்தரவு செய்து கொண்டிருந்த காலப்பகுதியில் அவர் அடித்த சதம்தான் மிகப் பிரபலமாக சகலருக்கும் அவரை அறிமுகம் செய்தது. அதே காலப் பகுதியில் தான் யாழ்ப்பாணம் இந்துக்கல்லூரியில் ஜெயராஜ் அடித்த சதமும் மிகப்பிரபலமாக பேசப்பட்டது இன்னமும் ஞாபகம் உள்ளது. 'உதயன்' பத்திரிகையின் ஞாயிறு இதழான சஞ்சீவியின் விளையாட்டுப் பக்கத்தில் இந்த தகவல்களெல்லாம் அப்போது தேனாறும் பாலாறுமாக ஓடும். அதை அடித்துப் பிடித்துப் படிப்பதில் எமக்கெல்லாம் அத்தனை சுகம்.

பாஸ்கரன் சதமடித்த அன்று எனது அப்பாகூட மதிலுக்கு மேலால் பாய்ந்துசென்று பொக்கெட்டில் காசு வைத்து விட்டுவந்தது இன்னமும் பசுமையான நினைவுகளாக உள்ளன.

மானிப்பாய் இந்துக்கல்லூரி அணிவீரர்கள் அந்த காலப்பகுதியில் இருபது - முப்பது அடிப்பதே பெரிய விடயமாக இருந்தது. அதற்கு காரணம் ஒன்று, எதிரணிப் பந்து வீச்சாளர்கள் ரயில்வேகம் - புயல்வேகம் என்றிருந்தார்கள். இரண்டாவது, எதிரணியினர் சொத்தையாக வந்துவாய்த்தாலும், ஒரு ஓவரில் ஒரு பவுண்டரி அடித்தால் அதற்குத் தண்டனையாக அடுத்த ஐந்துபந்துகளையும் "ப்ளொக்" பண்ணியே ஆடவேண்டும் என்ற பாலகிருஷ்ணன் மாஸ்டரின் கடுமையான உத்தரவுமாக இருந்தது. அவர் பயிற்சியாளராக இருந்த காலத்தில், ஒரு ஓவரில் இரண்டு பவுண்டரிகள் அடித்தவர்கள், அதற்குமேல் அடிக்க முயன்றவர்கள் எல்லோரின் மீதும் அவர் தனது பூனைக்குரலால் சீறிப் பாய்ந்ததை பல தடவைகள் பார்த்திருக்கிறேன். இந்தக் கடும் கட்டுப்பாடு களிலிருந்து பிரபா என்பவர் மாத்திரம் எவ்வாறு சலுகை பெற்றுக்கொண்டார் என்பதும் மூன்றாவது மாடியை இலக்கு வைத்து அடிப்பதை வழக்கமாகக் கொண்டிருந்தார் என்பதும் அக்காலத்தில் நிலவிய 'தேவையில்லாத' சந்தேகங்கள்.

இப்படியானதொரு காலத்தில் பாஸ்கரன் எந்த மைதானத் திலும் தனது திறமையை வெளிக்காட்டுவதற்குத் தவறியதில்லை. கிரிக்கெட் என்றால் அது off side தான் என்றும் பந்தை தூக்கி அடிப்பது கிரிக்கெட் அல்ல, எப்பேற்பட்ட பந்தையும் தரையோடு சேர்த்து அதனை எல்லைக்கோட்டுக்கு அனுப்புவதுதான் லாவகம் என்றும் வீரர்களுக்கு இடையால் கபடி ஆடுவது போல

பந்துகளை அடித்து விளையாடுவதும்தான் கிரிக்கெட்டின் அடிப்படை என்று விளையாடுவது பாஸ்கியின் பாணி.

இது ஒருபுறமிருக்க, பாஸ்கி கிரிக்கெட்டின் மென்பந்து ஆட்டங்களில் மின்னல் வேக விக்கெட் காப்பாளர். இவர் விக்கெட் காப்பாளராக நிற்கும்போது கோட்டுக்குள் நிற்கின்ற துடுப்பாளன் கண்ணிவெடியின் மீது காலை வைத்தவன் போலத்தான் ஆட வேண்டியிருந்தது. கொஞ்சம் நிமிர்ந்தாலும் விக்கெட்டின் வாய்களின் வழியாக "பேல்ஸ்" வாந்தியெடுத்துவிடும்.

பாஸ்கியின் கிரிக்கெட் வாழ்விப்படி என்றால், அவரது இன்னொரு திறன்களம் பூப்பந்தாட்டம் (Badminton). கிரிக்கெட்டில் திறம்பட விளையாடும் துடுப்பாட்டக்காரர்கள் அநேகமானவர்கள் திறமையான பூப்பந்தாட்டக்காரர்களாக ஜொலித்திருக்கிறார்கள். அவர்களது நுணுக்கமான அவதானிப்பும் மின்னல்வேகத்தில் முடிவெடுக்கின்ற திறமையும் இதற்கு காரணங்களாக இருக்கலாம். மானிப்பாய் இந்துக்கல்லூரியின் ஹட்ஸிஸன் மண்டபம் கிட்டத் தட்ட யாழ்ப்பாண கோட்டைச்சுவருக்கு இணையாக அடி வாங்கியது பாஸ்கரனின் தாக்குதலால்தான். எத்தனையோ ஆட்டங்கள். எத்தனையோ வெற்றிகள்.

இன்று எயார்டெல் சுப்பர் சிங்கர்களாகவும் தென்னிந்திய நட்சத்திரங்களாகவும் யாழ்ப்பாணத்தில் கோயில் - குளம் - கேணி என்று கரைபுரண்டு ஓடிகொண்டிருக்கும் நட்சத்திரவெள்ளம் போல, அன்று எமக்குமே தானநாயகர்களாக வெளுத்துக் கொண்டிருந்தவர்கள் இவர்கள்தான்.

தனித்துவம்மிக்கதொரு விளையாட்டுவீரன். மானிப்பாய் என்ற பெருநகருக்கு வெவ்வேறு துறைகளில் அடையாளங்களைப் பெற்றுத் தந்தவர்களில் முக்கியமானவர். யாழ்ப்பாணத்தின் விளையாட்டுத்துறை தொடர்பாக எழுதிச் செல்கின்றபோது, ஒரு காலகட்டத்தினை பாஸ்கரனை எழுதாமல் கடந்து சென்று விடமுடியாது.

போரும் இனத்துக்கே பழியாகப்போன புறக்கணிப்பும் ஒரு அசகாய வீரனை வெளி உலகுக்கு அடையாளம் காண்பிக்காமல் போனது. ஆனால், இன்றும் பாஸ்கரனின் பயிற்சியில் மானிப்பாய் இந்துக்கல்லூரி மாணவர்கள் பல்வேறு நிலைகளில் மிளிர்வது, அவரது திறமையின்நீட்சி!

The name of Baskaran in Manipay history has given true meaning to talent and beyond.

(02/12/2018)

வீரகேசரி

'வீரகேசரி' என்ற வேலைத்தளத்தில் வீசுகின்ற சுதந்திரக் காற்றை முழுமையாக உள்ளிழுத்து அனுபவிக்கவேண்டுமென்றால், அதற்கு 'உதயன்' - 'சுடரொளி' போன்ற இராணுவக் கட்டுப் பாடுகள் நிறைந்த நிறுவனங்களில் பணிபுரிந்திருக்க வேண்டும். அப்போதுதான் அந்த விடுதலையின் அற்புதத்தை அனுபவிக்க முடியும்.

ஆனால், எனக்கோ வோஷிங்டனுக்கோ சேதுராமனுக்கோ அவ்வளவு எளிதாக அந்த முதல் அனுபவம் கிட்டியிருக்கவில்லை. வேலைக்கு சேர்ந்துகொண்ட முதல்நாள் ஆசிரியர் தேவராஜாவுக்கு சரிமுன்பாக எனக்கு ஒதுக்கப்பட்ட மேசையில் கொண்டுபோய் அமர்த்தப்பட்டபோது, எனக்கு அருகிலிருந்த ஆசாமி கண்ணாடி அணிந்திருந்தபோதும், அதற்கு மேல் இடுக்கினால் என்னைப் பார்த்தார். அவரது பெயர் அப்பு அண்ணன் என்று பிறகு அறிந்து கொண்டேன். அப்போது அவர் அணிந்திருந்த கண்ணாடியும் சரியில்லை, அவரது பார்வையும் சரியில்லை. பின்னுக்கு திரும்பிப்பார்த்தேன். வோஷிங்கடன் 'மித்திரன்' நடுப்பக்கத்தை வாசித்துக்கொண்டிருந்தான்.

அப்போது மேசையிலிருந்த தொலைபேசியில் அழைப்பு. டெலிபோன் ரிஸீவரிலேயே டைப் அடித்த முதல் ஆள் நானாகத் தானிருப்பேன்.

அடுத்த முனையில் ஒரு பெண் குரல் 'நீங்கள்தான் சுடெராளியிலிருந்து வந்தவரா'

'ஓ......ம். நீ......ங்கள்?'

'நான் டெய்லி செக்ஷனில இருந்து பிரியதர்ஷனி கதைக்கிறன். ஆனால், நிமிர்ந்து பார்க்கவேண்டாம். இஞ்ச, டெய்லி ஆக்களும் வீக்லி ஆக்களும் கதைக்கிறதில்லை. உமக்கு போக போக விளங்கும். ok, Good Luck. நான் வைக்கிறன்' என்று விட்டு, 'பொம்மர் குத்தப்போகுது பங்கருக்குள்ள ஓடுங்கோ' என்று கத்திக்கொண்டு ஓடுவதுபோல ஓடிவிட்டார்.

நான் சொல்லுக்கேளாமல், நிமிர்ந்து பார்த்தேன். தொலைதூரத்தில் டெய்லி செக்ஷனில் பிரியதர்ஷினி, கிருஷ்ணி போன்ற வீரகேசரியின் துப்பறியும் துப்பட்டாக்கள் குனிந்த தலை நிமிராமல் ஏதோ எழுதிக்கொண்டிருந்தார்கள். நடுவில் இரண்டு ராஜ மேசைகள், ஒன்றில் ஆசிரியர் நடராஜா, இன்னொன்றில் 'டெய்லி எடிட்டர்' பிரபாகரன். ஒரே நிசப்தம். 'பரலோகத்தி லிருக்கும் எங்கள் பிதாவே…' என்று யாராவது தொடங்கினால் 'ஆமேன்' என்று சொல்லிவிடலாம். அவ்வளவுக்கு ஆசிரியர் பீடம் தேவாலய அமைதியை கடைப்பிடித்துக் கொண்டிருந்தது.

நான் திரும்பவும் வோஷிங்டனை திரும்பி பார்த்தேன். அவன் அப்போது மித்திரனில் வந்த 'போய்ஸ்' பட போஸ்டரில் பெரிதாக போடப்பட்டிருந்த ஜெனிலீயாவின் படத்துக்கு மேல் விழுந்துகிடந்து படித்துக்கொண்டிருந்தான்.

'டேய், இதென்னடா ஆளாளுக்கு அலவாங்கு விழுங்கின மாதிரி விறைப்பா கிடக்கிறாங்கள். ஒருத்தி டெலிபோனிலயே மிரட்டுறாள். இதிலும் பார்க்க, இரட்ணசிங்கத்திட்ட அடி வாங்கினாலும் பரவாயில்லை, அங்கயே இருந்திருக்க லாமோ…'

கண்களாலேயே கேட்டேன். அவன் ஜெனிலியாவின் படத்தை தொட்டுக்காட்டி 'சூப்பர்' என்று தம்ஸ் அப் காட்டிக் கொண்டு, கீழ்உதட்டைப் பிதுக்கினான்.

சுத்தம். ஆசிரியர் தேவராஜாவைப் பார்த்தேன். அவர் மவுஸின் மண்டையில் ஓங்கி குட்டி குட்டி ஏதோ கணினியோடு காணித் தகராறு பண்ணிக்கொண்டிருந்தார்.

அப்போது - இடி உரசிய சத்தத்துடன் ஆசிரியர் பீடத்துக்குள் ஒருவர் 'என்னடா எல்லாரும் ஏதோ பேப்பர் நடத்திறவங்கள் மாதிரி சீரியஸா எழுதிக் கொண்டிருக்கிறியள்' என்று உள்ளே நுழைந்தார். அந்த இடமே ஒருகணம் அதிர்ந்து அடங்கியது. பெரிதாகச் சிரித்தார். ஏதோ எழுதுவதுபோல பாசாங்கு பண்ணிக் கொண்டிருந்த கனகராஜாவின் முதுகில் 'தொம்' என்று ஒரு அடி போட்டார். ஆசிரியர்பீடம் விழித்துக் கொண்டது. எல்லோரும் நிமிர்ந்து பார்த்தார்கள். சிரித்தார்கள். அவர்கள் அனைவருக்கும் சிரிக்கத் தெரியும் என்பது அப்போது எனக்கு பெரும் கொண்டாட்டமாக இருந்தது.

நான் வோஷிங்டனை பார்த்து 'நான் சொல்லேல்ல, வீரகேசரி வீரகேசரிதான்' என்று திரும்பவும் கண்களால் கேட்கப்போக, அவன் அப்போதும் ஜெனிலியாவைத்தான்…

இவ்வாறு பெரிய சிரிப்போடும் தொப்பையோடும் உள்ளே நுழைந்து பட்டாசைக் கொளுத்திப்போட்டவர்தான் ஜோய் ஜெயக்குமார் என்று பின்பு அறிந்துகொண்டேன். ஆசிரியர்பீட புகைப்படக்காரர். ஆசிரியர் பீடத்திலிருப்பவர்களைவிட வேகமாகவும் முழுமையாகவும் செய்திகளை எடுக்கக்கூடியவர் அவர்தான். டெய்லி பிரிவில் அளவளாவிக்கொண்டு, வீக்லி செக்ஷனுக்கு வந்து புதுப்பெடியள் என்று எங்களுடன் தனவினார்.

'வாங்கோடா, இட்லி சாப்பிடுவம்' என்று கன்ரீனுக்கு கூட்டிக்கொண்டு போனார். நானும் வோஷிங்டனும் கை கோர்த்தபடி 'எங்கள் வீட்டில் எல்லா நாளும் கார்த்திகை' என்று பாடிக்கொண்டே அவர் பின்னாடி இட்லிக்குப் போனோம்.

அதற்குப்பிறகு, களைகட்டிய வீரகேசரி எங்களை கொண்டாடித் தீர்த்தது. அங்கு கிடைத்த நட்புகள், ஜெனீலியாக்கள், கொண்டாட்டங்கள், சுற்றுலாக்கள் என்று எல்லாமே அந்த கன்ரீன் இட்லிபோல என்றைக்கும் மறக்கமுடியாதவை.

இன்று வீரகேசரிக்கு 89 அகவை என்று கேள்விப்பட்டபோது பழைய பாட்ஷா நினைவுகள் நினைவுகள் எல்லாம் இந்த பேட்டையை வந்து நனைத்துப்போயின.

வீரகேசரிக்கு வாழ்த்துக்கள்!

(ஆகஸ்ட், 6 - 2019)

மரணத்தின் வாசனை

அன்றிரவு பிந்துனுவெவ சிறைச்சாலையில் பயங்கரமான தொரு கலவரம் வெடித்திருந்தது. சிறைக்குள்ளிருந்த சிங்களக் காடையர்கள் திட்டமிட்டுத் தூண்டிவிடப்பட்டு தமிழ் கைதிகளுக்கு எதிரான பெரும் படுகொலைப் படலத்துக்காக ஏவிவிடப் பட்டிருந்தார்கள்.

இரவு முழுவதும் வானொலி செய்தி வழியாக சிறைச்சாலை நிலவரங்கள் ஒலிபரப்பாகிக்கொண்டிருந்தன. 'உதயன்' பணிமனையிலிருந்து கொழும்புக்கு தொடர்பெடுத்து செய்திகளை பெற்றுக்கொள்வதற்கு முயற்சிகள் மேற்கொள்ளப்பட்டிருந்த போதும் உண்மைத்தகவல்களை பெற்றுக்கொள்வதில் பெரும் சிக்கல் நிலவியது.

'உதயன்' ஆசிரியர் பீடத்திலிருந்துகொண்டு இரவு நேர செய்திகளைக் கேட்பது லேசுப்பட்ட காரியம் அல்ல. ஒவ்வொரு செய்திக்கும் ஆசிரியர் பீடத்தின் ஒவ்வொரு மூலையாகப்போய் நின்றுகொண்டு வானொலியைத் திருகவேண்டும். சில வேளைகளில் வானொலியைத் தோளுக்கு மேல் தூக்கிவைத்துக்கொண்டு நின்றால் துல்லியமாகக் கேட்கும். சிலவேளைகளில் தலைக்கு மேல் வானொலியை தூக்கிப்பிடிக்கவேண்டும். சிலவேளைகளில் ஆசிரியர் பீடத்துக்கு வெளியே சென்று இன்னொரு அறையில் சூரன் போர் பொம்மை போல மிகவும் உயரத்தில் வானொலியைப் பிடித்துக்கொண்டு நின்றால்தான் கொஞ்சமாவது கேட்கும்.

இப்படிப் பல போராட்டங்களுடன் அன்றிரவும் பணிமனையின் வளாகம் முழுவதும் அலைந்து அலைந்து ஒவ்வொரு மூலையாக நின்று பிந்துனுவெவ செய்திகளை கேட்டுக்கொண்டிருந்தேன். அவ்வப்போது குகநாதன் சேர் வந்து இறந்தவர்களின் எண்ணிக்கையை ஒரு ஒற்றையில் குறிப்பெடுத்துக் கொண்டுபோய் கொழும்புடன் தொடர்புகொண்டு உறுதிசெய்து கொண்டார்.

இவ்வாறு பின்னிரவுப்பொழுதில் ஆசிரியர் பீடத்துக்கு முன்னாலிருந்து மாமரத்துக்கு கீழ் நின்று வானொலியைத் தோளில் வைத்து அதன் ஸ்பீக்கரிற்குள் காதை நுழைத்து செய்தி கேட்டுக்

கொண்டிருந்தபோது, அந்தப் பையன் எனக்கு அருகில் வந்தான். அவன் விநியோகப் பகுதியில் பணிபுரிபவன். இரவு வேலைக்கு வரும்போதெல்லாம் அச்சடித்து வந்த உள்பக்கங்களை சுடச்சுட மடித்துக்கொண்டிருக்க கண்டிருக்கிறேன்.

அருகில் வந்தவன். 'அண்ணே, எத்தனை பேர் இதுவரைக்கு செத்திருக்கினம்' - என்றான்.

அவன் செய்தியைக் கேட்கிறான் என்று நினைத்து 'இப்போதைக்கு பத்துப் பன்னிரெண்டு பேரென்கிறார்கள்' - என்றேன்.

தலையைக் குனிந்தபடி சென்றுவிட்டான்.

திரும்பவும் ஒரு மணிநேரத்துக்கு பிறகு என்னைத் தேடி வந்தபோது நான் வளாகத்தின் இன்னொரு மூலையில் வானொலி யோடு நின்றுகொண்டிருந்தேன். வந்தவன் அதே கேள்வியை கேட்டபோது எனக்கு எரிச்சல்தான் வந்தது.

'நாளைக்கு பேப்பரில வரும்தானே, நீங்கள் மடிக்கும்போதே பார்க்கலாமே' - என்று சினந்துகொண்டேன்.

அதற்கு அவன் பதிலளிப்பதற்கு மிகுந்த சிரமப்பட்டான். பிறகு தனது முழு சக்தியையும் பெற்றுக்கொண்டவன் போல 'இல்லை, என்ர அண்ணாவை அங்கதான் வச்சிருக்கிறாங்கள், அதுதான்' - என்று இழுத்தான்.

அவனது இறுகிய உதடுகள் துடித்துக்கொண்டிருந்தது இருட்டிலும் அப்படியே தெரிந்தது. அதைக் கேட்டவுடன் இருள் எனக்கு இன்னும் கறுப்பாக தெரியத்தொடங்கியது. அவன் மாத்திரம் எனக்கு முன்பாக நின்றுகொண்டிருந்தான். நா வரண்டு போனதை உணர்ந்தேன்.

'செத்த ஆக்களிண்ட பெயர் விவரம் வந்ததா அண்ணே?'

அவனது அடுத்த கேள்வியின்போது குரல் குமிழிகளாக வெடித்துக்கொண்டிருந்தது. அதற்குமேல் வானொலிச் செய்தியை கேட்பது எனக்கு முக்கியமாகப் படவில்லை.

'நான் மேல போய் செக் பண்ணிச்சொல்லுறன்' என்று சொல்லிவிட்டு படிகளில் ஏறி ஓட, அவன் கீழே பூந்தோட்டத்தில் ரோசா செடிகளுக்கு அருகில் நின்றுகொண்டிருந்தான்.

படுகொலை செய்யப்பட்ட இருபத்துக்கும் மேற்பட்ட கைதிகளின் பெயர் பட்டியலுடன் குகநாதன் சேர், இன்னொரு ஒற்றையில் அவற்றைப் பிரதி பண்ணிக்கொண்டிருந்தார். இப்போது

எனக்கு இதயம் இன்னும் வேகமாக துடிக்கத் தொடங்கியது. தனது அண்ணனின் பெயரை ஏற்கெனவே தந்தவிட்டு கீழே காத்துக் கொண்டிருந்தவனின் முகம் என்னைச் சுற்றி எல்லாத் திசைகளிலும் சுழன்றுகொண்டிருப்பது போலிருந்தது. குகநாதன் சேரிடம் அந்த ஒற்றையை வாங்கி, பெயர்களின் மீது விரலை வைத்து வரிசையாக கீழே பார்த்துக்கொண்டு வந்தேன்.

பட்டியலின் அரைவாசி தாண்டும் முன்னரே அந்தப் பெயர் கிடந்தது.

சாவைச் சொல்வதும் சிலவேளைகளில் சாவதற்கு நிகரான அனுபவமாக இருக்கலாம். எனது விரல்கள் குளிர்ந்து கால்கள் நகர மறுத்தன. அவனிடம் எப்படிப் போய் அவனது அண்ணனின் மரணத்தைச் சொல்வது என்று இதயம் உதறியது. இதயம் இருண்டு போயிருந்ததையும் உணர்ந்தேன. எத்தனையோ சொற்களை கோர்த்துப்பார்த்தேன். இறுதியாக உறுதியை வரவழைத்தபடி கீழே சென்றேன். ரோஜா செடிக்கருகில் நின்றுகொண்டிருந்தவன், என்னைக் கண்டவுடன் ஓடிவந்தான்.

என் கண்களையே பார்த்தபடி அருகில் வந்து நின்றான்.

‘ஆம் பெயர் இருக்கிறது இறந்துவிட்டார்’ என்ற அந்த சிறிய வசனத்தை என்னால் உச்சரிக்கவே முடியவில்லை. அவன் கண்களைப் பார்த்த மாத்திரத்தில் தலையை மேலும் கீழுமாக அசைத்தேன். அவன் அப்படியே என் தோளில் சரிந்தான்.

நேற்று மெல்பேர்னில் தமிழ் இளைஞன் ஒருவன் தூக்கிட்டுத் தற்கொலை செய்திருக்கிறான். கடந்த வாரம்கூட நான் அடிக்கடி போகின்ற உணவகத்தில் பணிபுரிகின்ற பெண்ணொருத்தியை வேகமாக வந்த வாகனம் அடித்துச்சென்றதால் அவள் அந்த இடத்திலேயே உயிரிழந்திருக்கிறாள். ஊடகங்களுடன் தொடர்பிலிருப்பதால் பலர் அழைத்து இந்த மரணச் செய்திகள் பற்றி என்னிடம் விசாரிக்கிறார்கள். இவர்களில் இறந்தவர்களுக்குத் தெரிந்தவர்கள் பலர்.

அவர்களுக்கெல்லாம் அந்த மரணச்செய்திகளை சொல்லும் போது இன்றும்கூட அந்த ரோஜா செடிக்கு பக்கத்திலிருந்து ஓடிவந்த அவனது கண்கள்தான் தவறாது நினைவில் வரும்.

(செப்டம்பர் 9 - 2019)

சேலைக்கதைக்கு ஏன் தலைப்பு

யாழ்ப்பாணத்திலிருந்து நான் முதன்முதலாக கொழும்புக்கு புறப்பட்ட அன்றைய தினம் சிங்கள மகா வித்தியாலயத்தடியில் வழியனுப்ப வந்த பெருந்தொகையான மக்கள் கூடி நின்று ஒப்பாரி வைத்து அழுதார்கள். எனக்காக அல்ல, அவரவர் உறவினர்கள் நண்பர்களைப் பயணம் அனுப்ப வந்தவர்கள் தங்கள் உறவுகளைப் பிரிய முடியாமல் மண்ணில் விழுந்திருந்து காலையும் கையையும் போட்டு அடித்தெல்லாம் கதறி அழுதார்கள்.

அம்மாவுடன் சேர்ந்தே கிளம்பியதால் சிலவேளைகளில் அந்தப் பிரிவு பெரியளவு என்னைத் தாக்கவில்லையோ என்னவோ. என்னை வழியனுப்ப யாரும் வராதது போல கண்ணீரும் வரவில்லை.

கொழும்பு வந்து அம்மா திரும்பவும் ஊருக்குக் கிளம்பிவிட, நான் கொழும்பில் வேலை செய்து சம்பாதித்த முதல் மாதச் சம்பளமாக நாலாயிரம் ரூபா கிடைத்தது. அந்த நான்கு பச்சை நிற நோட்டுக்களையும் கையில் வைத்துகொண்டு, வெள்ளவத்தை மங்களா பஸ் தரிப்பிடத்துக்கு முன்னால் நின்று என்ன செய்யலாம் என்று யோசித்தேன்.

'விஷ்ணு பவான்' சாப்பாடுக்கடையில் மரக்கறியோடு சாப்பிட்டு அறைக்குத் திரும்பினால் இந்தக் காசை நன்றாக மிச்சம் பிடிக்கலாம். அருகிலுள்ள ரொலக்ஸில் புரியாணி சாப்பிட்டால் அது குழப்படிப் பழக்கம் என்றாலும் ஓரளவுக்கு சமாளிக்கலாம். ஆனால், விஷ்ணு பவானுக்கு அருகில் சின்ன ஓடையொன்றின் வழி உள்ளே சென்றால் ஒரு மச்சக்கடை உள்ளது. அங்கே நண்டுக்கறியோடு தவண்டு தவண்டு சாப்பிடலாம், கணவாய் இறால் என்று எடுத்து வைத்து வாயை அட்டகோணத்துக்கு விரித்தும் வளைத்தும் சாப்பிடலாம். ஈரல்கூட தனியாக ஓடர் பண்ணி சாப்பிடலாம். ஆனால், கிளம்பும்போது கிட்னியை உருவிப் போடுவார்கள். அவ்வளவுக்கு விலை. பெறுமதியான நண்டு - இறால் - கணவாய் போன்ற கடலுணவுகள் கோப்பையில் ஊர்கின்ற இடமது.

ஆனால், எல்லா ஆசைகளையும் மூட்டை கட்டி வைத்து விட்டு, பிரெட்ரிக்கா வீதியிலிருந்த சிங்கள ஐயாவின் கடையில் முட்டை மட்டும் வாங்கி வந்து வீட்டில் பொரித்து பாணோடு சாப்பிட்டு ஏழ்மையில் வாழ்ந்து பழக முயற்சிக்கலாம் என்று முடிவெடுத்தேன். கையில் கிடைக்கும் சம்பளத்தைவிட மேலதிகமாக ஏதாவது பணம் கிடைத்தால், அந்த ஓடைக்கடையில் போய் ஒட்டகம்மாதிரி சாப்பிட்டு வந்துவிடுவது என்று சைலண்டாக சபதமும் செய்துகொண்டேன்.

இப்போது, முதல் மாதச் சம்பளத்தில் என்ன செய்யலாம் என்று யோசித்தபோது பொறுப்பான பல விடயங்கள் மனதில் பட்டியலாக விழுந்தன. எங்களுடைய முன்காணி கிரிக்கெட் டீமுக்கு ஒரு bat வாங்கி அனுப்பவேண்டும். அதைவிட, அந்த team கெத்தாக விளையாடுவதற்கு எல்லோருக்கும் ஒரே மாதிரி T-shirt அடிக்கவேண்டும் என்றுகூட ஒரு திட்டமிருந்தது. அப்படியாவது எங்களை மதிக்கவேணும் என்பது எங்களது நெடுங்காலக் கனவு. அத்தோடு நாங்கள் மலிவாக வாங்கும் 30 ரூபா பந்து அடிக்கடி பிய்ந்தது. ஆக, 60 ரூபா பந்துப்பேணி ஒன்று வாங்கி அனுப்பவேண்டும் என்பது team கேட்காமலேயே எனது திட்டமாக இருந்தது. நாங்கள் விளையாடும் காணியில் மெய்னுக்குள் மாத்திரம்தான் 'சிக்ஸ்' அடிக்கலாம். Off side அடித்தால் எங்கட வீட்டு குறோட்டனுக்குள் வந்து பந்து விழுந்திடும். 2 ஓட்டங்கள்தான். Leg சைட்டில அடித்தால் பத்தர் வீட்டு கிணத்துக்குள் பந்து விழுந்திடும். அதுவும் 2 ஓட்டங்கள்தான். இப்படியான மைதான சீதோஷ்ணநிலை காரணமாக எங்களது டீம்காரரர் எல்லோருமே மெய்னுக்குள் அடித்து அடித்து, leg side - Off side பட்டிங்கை முற்றாகவே மறந்துவிட்டார்கள். வெளியில் match விளையாடப்போகும்போது மிகவும் சிரமப்பட்டார்கள். ஆக, எங்களுடைய Team எல்லாப் பக்கமும் அடித்து விளையாடுவதற்கு நிறைய SPORT STAR magazines வாங்கி, அதில் படங்களை பார்த்து அடித்து பழகவேணும் என்பதும் எங்களது டீமின் இரகசிய திட்டங்களில் ஒன்றாக இருந்தது. இந்த SPORT STAR மகஸின்களை பெருந்தொகையில் வாங்கி அனுப்புவதும் எனது கொழும்பு திட்டத்தில் முக்கிய இடத்தை பிடித்திருந்தது.

இப்போது, இந்த நாலாயிரம் ரூபாவில் எல்லா வேலை களையும் செய்வது மிக மிகக்கடினம் என்பது கொழும்பு வந்த அடுத்த நாளே விளங்கிவிட்டது.

எனது கிரிக்கெட் டீம் பொறுப்புகளைக் கொஞ்சம் பிற்போடுவது என்றும் வீட்டுக்குப் பொறுப்பாக ஏதாவது

செய்து, எனது பாசம் awesome என்று அவர்களுக்கு தெரியப்படுத்த வேண்டும் என்றும் முடிவெடுத்தேன்.

சம்பளம் கிடைத்த அடுத்த நாள், வெள்ளவத்தையில் வெளியில் சேலைகள் தொங்கிக்கொண்டிருந்த ஒரு கடைக்குள் போனேன். அம்மாவுக்கு ஒரு சேலை வாங்கி அனுப்புவது என்று வாசலில் பொம்மையொன்றுக்கு உடுத்தியிருந்த சேலையை காட்டி அது என்ன விலையென்று கேட்டேன். 1200 ரூபா என்றார்கள். பரவாயில்லை. அம்மாவுக்குத்தானே. வாங்கி யாழ்ப்பாணத்துக்கு அனுப்பிவிட்டால், அம்மா தொலைபேசியில் எடுத்து - 'ஐயா தம்பி இதெல்லாம் நான் உடுக்கிறேல்ல. ஏனடா இப்படி வாங்கினனீ....' என்று இழுத்தார்.

'நீங்கள் முந்தி மாதிரி இல்லையம்மா, இப்ப நீங்கள் மாதம் நாலாயிரம் ரூபா உழைக்கிற மிகப்பெரிய உழைப்பாளியின் தாய், இப்படியெல்லாம் உடுக்கிறதில பிரச்சினை இல்ல' என்று பொறுப்பான ஒரு சிரிப்பொன்றை உதிர்த்துவிட்டேன். இன்றைக்கு வரைக்கும் எனக்கு பிடித்த என்னுடைய சிரிப்பென்றால் அதுதான். அதற்குப் பிறகுதான் மதன் பாப் போன்றவர்கள் எல்லாம் மார்க்கெட்டுக்கு வந்தார்கள்.

ஆனால், அம்மா பலே கில்லாடி. நாலாயிரம் உழைக்கிறவனின் அம்மா என்றால் சொல்லவா வேணும்!

அந்தச் சேலையை ஆனைக்கோட்டை கடையொன்றில் கொண்டுபோய் 1200 ரூபாவுக்கு அப்படியே விற்றார். அதில் 600 ரூபாவுக்கு தனக்கு விருப்பமான சிம்பிளான ஒரு சேலையை வாங்கிவிட்டு, மிச்சம் 600 ரூபாவை எனக்கு அனுப்பிவைத்தார்.

எனக்கு பெரிய சந்தோஷம். அதிஷ்டம் அடிச்ச மாதிரி இருந்தது. அடுத்த நாளே அந்த வெள்ளவத்தை ஒடைக்கடையில போயிருந்து நண்டுக்கறியோடு நல்ல ஒரு பிடி. அந்த சுவையே தனி..!

(ஆகஸ்ட், 24 - 2019)

பூனைக்குள் ஒளிந்திருக்கும் நினைவுகள் அதிசயம்

அம்மா ஒரு பூனை வளர்க்கிறார். எவ்வளவு காலம் என்று சரியாகத் தெரியவில்லை. ஆனால், சில வருடங்களாகவே தொலைபேசியில் பேசும்போதெல்லாம் அந்தப் பூனையைப்பற்றி ஒவ்வொரு நாளும் ஒவ்வொரு தகவல் சொல்வார். அந்தப் பூனைக்கு தான் கொடுக்கும் சாப்பாடு முதற்கொண்டு தான் வெளியில் போய் வரும்போது அது தன்னை நோக்கி ஓடிவருகின்ற வேகம் எத்தனை Km/h என்று அனைத்தையும் ஒப்புவிப்பார். ஒரு தடவை இரு தடவை என்றால் பரவாயில்லை, தொடர்ந்து இந்த பூனை புராணமாகவே இருக்கும். அப்பாவிடம் தொலைபேசியைக் கொடுக்கச் சொன்னால், அவரும் விட்ட இடத்திலிருந்து அந்த பூனையைப் பற்றி தனது சிறப்பு பேச்சைத் தொடங்குவார். அந்தப் பூனையின் அகமொழிகளைப் பேசுகின்ற அம்மா அளவுக்கு அவருக்குப் பொறுமை இல்லாவிட்டாலும் அந்த பூனைக்காகத் தான் படுகின்ற பிரத்தியேக பாடுகளைப் பற்றி என்னோடு பகிர்ந்துகொள்வார்.

அந்தப் பூனைக்கு காலையில் அம்மா தேநீர் தயாரித்து வழங்குவது, மதியத்தில் மீன் அவித்து வைப்பது முதற்கொண்டு மாலை வேளைகளில் அதற்கு ‘பகோடா’ விருப்பம் என்ற காரணத்திற்காக தான் சந்திக்கடைக்கு சென்றுவருவது வரையான பூனைப் பணிவிடைகளை அப்பா ஒவ்வொன்றாக ஒப்புவிப்பார்.

ஒரு நாள் அதிகாலை அழைத்தபோது, அப்பா ‘புஸ் புஸ்’ என்று தொலைபேசியில் மூச்சிரைத்தார். காரணத்தை கேட்ட போது, பூனைக்கு மீன் வாங்குவதற்காக காக்கை தீவு கடற்கரைக்குப் போய்க்கொண்டிருப்பதாகக் கூறினார்.

இன்னொரு நாள், அதிகாலை பயங்கர பனியில் தினேஷ் பேக்கரிக்கு பணிஸ் வாங்குவதற்காக போய்க்கொண்டிருந்தார். பூனைக்கு கொடுப்பதற்கு வாங்கிவருமாறு அம்மா கேட்டதாகச் சொன்னார்.

அந்தப் பூனையை மையமாகக்கொண்டு இவர்கள் இருவரும் ஓடுகின்ற ஓட்டம் இப்படியாக இருந்தது.

'தொடர்ந்து வீட்டை கட்டிப்பிடித்துக் கொண்டிராமல் வெளியில் போய் வரலாமே' என்று இரண்டு மூன்று நாடுகளிலிருந்து நான்கு ஐந்து மாதங்களாகக் கொடுக்கப்பட்ட அழுத்தங்களின் பிரகாரம் அண்மையில் அப்பாவும் அம்மாவும் கிழக்கு மாகாணத்துக்கு 'மினி விசிட்' ஒன்று சென்றிருந்தார்கள். அங்கு அவர்கள் நிற்கும்போது எடுத்துப் பேசியபோதும் வீட்டில் தனியாக பூனையை விட்டு வந்ததுதான் முக்கால்வாசி நேரப் பேச்சாக இருந்தது. அம்பாறை பக்கம் சென்றுவருமாறு சில நண்பர்களை அறிமுகம் செய்துவிட்டபோதும், தாங்கள் விரைவாகத் திரும்ப வேண்டும் என்றும் பூனை வீட்டில் காத்துக் கொண்டிருக்கும் என்றும் அம்மா கூறினார். மாமாங்கப் பிள்ளையார் கோவிலில் பூனைக்கு அர்ச்சனை செய்திருப்பதாக வேறு அப்பா சொன்னார்.

எங்கிருந்தோ வந்த பூனையொன்று எங்கள் வீட்டில் எங்கள் அனைவருக்கும் சமானமான உரிமையையும் பாசத்தையும் பெற்றுக்கொண்டிருக்கிறது என்பதை நினைக்கும்போது ஒருவித அதிர்ச்சியும் அதேநேரத்தில் ஆச்சரியமாகவும் இருந்தது.

அதற்குக் காரணம் பூனையின் சாதுரியம் என்பதற்கு அப்பால் அம்மாவின் ஏமாற்றமளித்தன குறித்தானதானதாகவும் இருந்தது. ஏனெனில் அம்மா இலகுவில் யாரிடமும் ஏமாறாதவர். வடகொரிய ஜனாதிபதிக்கு சற்றும் குறைவில்லாத மூளைகொண்ட சாமர்த்தியம் நிறைந்தவர். ஒரு தடவை, பக்கத்து வைரவர் கோவில் பொங்கலில் படையலுக்குள் பஞ்சாமிருதத்தை காணவில்லையென்று ஐயர் என்றும் பாராமல் போர்க்கொடி தூக்கியவர்.

அவ்வளவுக்கு, பூணூலுக்கே பயப்படாதவர், இந்த பூனைக்குப் பயந்து ஒடுங்கி, நம்பி அதனை தத்தெடுத்துக்கொண்ட நிலையைப் பார்த்தபோதுதான் இவ்வளவு அதிர்ச்சிகள் ஆச்சரியங்கள் எல்லாம் ஒன்றாக மனதில் குவியத்தொடங்கின.

மறுபுறத்தில் அவிச்ச மீனையும் பகோடாவையும் வெட்டிக் கொண்டு எங்கள் வீட்டுக்குள் கொழுத்தவண்ணமிருந்த பூனை உண்மையான பூனைக்குரிய எல்லாத் தகுதிகளையும் துறந்துவிட்டு புதியதொரு உயிரியாக உருவெடுத்துவிட்டிருந்தது.

அப்பா ஒரு தடவை பேசும்போது, 'இந்தப்பூனை எலியைப் பிடிக்கும் என்று எங்களுக்கு நம்பிக்கை இல்லை. இது வளர்ந்திருக்கும் அளவை பார்த்து எலி ஓடி வந்து இந்தப் பூனையைப் பிடித்துவிடாமல்தான் நாங்கள் பாதுகாத்து வருகிறோம்' என்று பெருமையோடு சொன்னார்.

இதற்கிடையில், இந்தப் பூனையின் பெயரை அம்மா செல்லமாக பலமுறை மாற்றிவிட்டிருந்தார். முதலில் பேசும்போது ஆங்கிலவாசம் வீசுமொரு பெயரைக்கொண்டு அழைத்துவந்தவர், சில மாதங்களுக்கு முன்னர் அதன் பெயரை அம்மா அடிக்கடி கூறத்தொடங்கினார். அது யார் என்று கேட்டபோது செல்லக் கோபத்தோடு 'அதுதான் எங்கட பூனை' என்று அறிவிப்பு செய்துகொண்டார்.

பரவாயில்லை என்று நினைத்துக்கொண்டேன். ஏனெனில், கிளிநொச்சியில் கருணாகரன் அண்ணையோடு பேசும்போதுதான் தெரியும், அவர்கள் தங்கள் வீட்டு நாயிற்கு 'ரணில்' என்று பெயர் வைத்திருந்தார்கள்.

அப்படியான பெயர் எதையும் வைக்காமல் எங்கள் வீட்டு பூனையை அரசியல் நீக்கம் செய்து, ஒரு சினிமா நட்சத்திரமாக வளர்த்து வந்தது கொஞ்சம் ஆறுதலாக இருந்தது. அதுவும் ரஜினி வீட்டு மருமகன் எங்கள் வீட்டில் வளர்கிறார் என்றால் பெருமைதானே.

நேற்றுத்தான் அறிந்தேன். அம்மா பூனைக்கு மறுபடியும் பெயர் மாற்றம் செய்திருக்கிறாராம்.

புதிய பெயர் என்ன என்று கேட்டபோது 'ரௌடி பேபி' என்று அப்பா சொன்னார்.

(23/01/2019)

அம்மாவின் இரகசிய உரையாடல்கள்

சிறிலங்காவில் சமூக வலைத்தளங்கள் தடைசெய்யப்பட்ட நாள்முதல் அம்மா என்னுடன் பேசவில்லை. வழக்கமாக வைபரில் அழைத்து வைரவர் கோவிலடி புதினங்களையெல்லாம் ஒன்று விடாமல் சொல்லி முடிக்கும் அம்மாவுக்கு மைத்திரி போட்ட தடை மிகுந்த இடைஞ்சலாக இருந்தது. இதனை நான் நன்றாகவே அறிவேன். ஆக, நேரடியாகவே அவரது தொலைபேசிக்கு அழைத்து வைரவர் கோவிலடிப் புதினங்களைக் கேட்கலாம் என்றால், அதனை அம்மா அடியோடு மறுத்துவிட்டார்.

தடை வந்த முதல்நாள் அழைத்துப் பேசமுற்பட்டபோது, அதற்கு முன்னைய இரவு வீட்டுக்குப் பக்கத்தில் பயங்கரமாக நாய் குரைத்ததாகவும் வெக்கையென்றும் பாராமல் கதவுகளை பூட்டிப்போட்டுத்தான் படுத்ததாகவும் சொன்னார். விடிய எழும்பி பின் வீட்டு ரஞ்சனாவிடம் கேட்டபோது, அவர் FBI வந்திருப்பதாக தான் செய்தியில் கேட்டதாகச் சொல்லியிருக்கிறார். ஆகவே, தனக்கு அடிக்கடி தொலைபேசி எடுப்பதைத் தவிர்க்குமாறு அம்மா கண்டிப்பாக கூறினார்.

இந்தப் புலனாய்வுத் தகவலை அவர் எனக்குச் சொல்லும் போது, அவருக்குப் பின்னால் நின்றுகொண்டிருந்த அப்பாவுக்குக்கூட பேசிய சத்தம் கேட்கவில்லை. அப்பா ஏதோ சொல்ல வரவும், தொலைபேசியைத் துண்டித்துவிட்டார்.

அடுத்தநாளும் வீட்டுப்பக்கம் FBI வந்ததா என்பதை அறிய அழைத்தேன். வைரவர் கோவிலடியைத் துப்பரவு செய்து கொண்டிருந்த அம்மா, தொலைபேசியையும் எடுத்துக்கொண்டு விறுவிறுவென்று வீட்டுக்குள் ஓடிவந்தார். மூச்சிரைத்தது.

'அப்பு, உன்னையெல்லோ எடுக்கவேண்டாம் எண்டு சொன்னனான்.'

'அம்மா, நான் டெலிபோனில நேரடியாத்தானே கதைக்கிறன். இதுவொன்றும் பிரச்சினை இல்லை. நீங்கள் இதில தாராளமாக கதைக்கலாம்.'

'நீ ஒண்டும் சொல்லவேண்டாம். இஞ்ச வேற கனக்க பிரச்சினையள்.'

'நேற்றிரவும் நாய் குலைச்சதோ?'

'இல்லையப்பு...' - குரலை இன்னும் தாழ்த்தினார். 'இண்டைக்கு மத்தியானம்தான் நானும் கேள்விப்பட்டனான். வீ.பி.என் காரரை பிடிக்கிறதுக்கு இன்டர்போல் வந்திருக்குதாம்.'

எனக்கு வைரவர் கோவில் மணி மண்டையில அடித்தது போலிருந்தது.

'யார் ரஞ்சனாக்காவோ சொன்னவ?'

'ஓமப்பு, மனுசி என்னோட நல்ல மாதிரி, நீ வெளியில யாரோடையும் இதைப்பற்றி கதையாத.'

எனக்கு இப்போது FBI, இன்டர்போல், இரவில குலைக்கிற நாய் இவை எல்லாரையும்விட, பின்வீட்டு ரஞ்சனாதான் மிகப்பிரச்சினை என்று விளங்கியது. இதைச் சொல்லும்போதும் அப்பா தொலைபேசியை வாங்கி என்னுடன் பேச முயன்றார். அம்மா விடவில்லை.

'சரியப்பன், நாங்கள் வெளியிலயும் போகேல்லாது. கேள்விப் பட்டிருப்பியள். ஆறுதலாகத் தொடர்பு கொள்ளுறம்' என்று விட்டு 'பளீர்' என்று வைத்துவிட்டார்.

இரண்டு மூன்று நாட்களாக, அம்மாவுடன் பேசும் நேரத்தை அம்மாதான் தீர்மானிப்பவராக இருந்தார். கூடவே, நாங்கள் இருவரும் பேசும் சத்தத்தையும்கூட அவரே தீர்மானித்தார். அவர் அநேக தருணங்களில் 'காற்றின் மொழி' ஜோதிகா போலத்தான் ஹலோ சொல்லி, அதற்குப்பிறகு கதைத்தார். நானும் அதே சுருதியைப் பிடித்துக் கதைப்பதால் தனது கதைக்கு நான் மதிப்புக்கொடுப்பதாக அவருக்கொரு திருப்தி.

ஒருமாதிரி எல்லா பிரச்சினையும் முடிந்து நேற்று பழையபடி, அம்மா வைபரில் அழைத்துப் பேசினார். ஒரு கிழமையாக எடுத்து வைத்த படங்கள் அனைத்தையும் அடித்துவிட்டார். ட்ராக்டரால் மூரி மட்டை இறக்கிவிட்டதுமாதிரி படங்கள் வந்து குவிந்தன. ஊரடங்குச் சட்ட காலப்பகுதியில் தான் வைரவர் கோவிலை சுற்றி சுற்றி எடுத்த படங்கள், தான் வைரவர் கோவிலைக் கூட்டும் போது அப்பாவை எடுக்கச்சொல்லி எடுத்த படங்கள், இரவில குலைக்கிற நாய் என்று பல படங்கள் அவற்றில் காணப்பட்டன.

இப்போது, அப்பாவை என்னுடன் பேசுவதற்கு அனுமதித்தார். அப்பா நாட்டு நிலைமைகள் பற்றி மிகக்கவனமாகப் பொறுக்கி எடுத்த சொற்களாலான வாக்கியங்களை தொடுத்து தொடுத்து கதைத்தார். 'குளிர்காலத்திலகூட முகத்தை மூடிக்கொண்டு படுக்கேலாது போலகிடக்கு' என்று சமகாலப் பிரச்சினைகளை சங்கேத மொழியில் பேசினார். ஊரடங்குச் சட்டம் போட்டதால தங்கட இந்து சமய விருத்தி சங்க கூட்டத்தை நடத்தமுடியாமல் போய்விட்டது என்ற தனது கவலையையையும் கூடவே சொன்னார்.

'சரி அம்மா எங்க' என்று கேட்டபோது, கோவிலுக்குப் போய்விட்டதாகக் கூறினார்.

அந்த ரஞ்சனாவைப் படமெடுத்து அனுப்பும்படி நான் முன்வைக்கவிருந்த கோரிக்கையை கடைசிவரை கேட்க முடியாமலே போய்விட்டது.

(01/05/2019)

சீமைப் பெருந்தெருவில் வைகாசி மணித்துளிகள்

ஆஸ்திரேலிய பெரு நகரங்களின் வீதிகளெங்கும் தமிழர்களின் சிவப்பு மஞ்சள் கொடிகள் கரை புரண்டு ஓடிக்கொண்டிருந்த காலம் அது. வார விடுமுறைகளில் மாத்திரம் வசதியான ஆர்ப்பாட்டங்களை நடத்திய சம்பிரதாயங்கள் எல்லாம் கடந்து, மக்கள் வார நாட்களிலும் வேலைகளுக்கு செல்லாமல் விடுப்பெடுத்துக் கொண்டு குடும்பத்தோடு வந்து வீதிகளில் ஆர்ப்பாட்டங்களில் கரைந்து கிடந்த காலம். நாளைக்கு ஆர்ப்பாட்டம் என்று இன்று அறிவித்தால்கூட மெல்பேர்னின் மத்தியில் Federation சதுக்கத்திலும் சிட்னியின் Martin சதுக்கத்திலும் ஆயிரக்கணக்கில் மக்கள் அலைபோல திரண்டு வந்து நின்ற காலம்.

ஒன்பதாண்டுகளுக்கு முன்னர் நாங்கள் ஓலமிட்ட பெருந்துயர் கணங்களை கொஞ்சம் திரும்பிப் பார்க்கிறேன்.

ஆர்ப்பாட்டங்களில் வந்து திரளுமாறு ஆஸ்திரேலிய தமிழ் வானொலிக்காரர்கள் பெருங்குரலெடுத்து இரவு பகல் பாராது கூவியழைத்துக்கொண்டேயிருப்பர். சிட்னி - கன்பரா - மெல்பேர்ன் வீதிகளில் சாரி சாரியாக எம்மவரின் வாகனங்கள் ஏதோவொரு எதிர்பார்ப்போடு ஓடிக்கொண்டிருக்கும். எல்லா வாகனங்களின் பின் பெட்டிகளிலும் கலங்கிய கண்களோடு எழுதப்பட்ட சில பதாகைகள் கிடக்கும். எல்லா வாகனங்களின் இருக்கைகளிலும் கலங்கிய கண்களோடு சில உயிர்ப் பிணங்கள் உறைந்து கிடக்கும்.

இரவிரவாகப் புறப்படும் வாகனங்கள் தலைநகர் கன்பராவுக்கு அதிகாலையில் சென்றடையும். அங்குள்ள கடைகளில் முகம் - கை - கால் அலம்பிவிட்டு நாடாளுமன்றுக்கு முன் சென்று பனி படர்ந்த புல்தரையில் அமர்ந்தால், கலகக்காரர்களை கண்டது போல காவல்துறையினர் வந்து சூழ்ந்துகொள்வர். அவர்களுக்கு விளக்கம் கொடுக்குமளவுக்கு எங்களுக்கு தெம்பு இருப்பதுமில்லை. எங்களிடம் விளக்கம் கேட்கவேண்டிய அளவுக்கு அவர்களுக்கு தேவையிருப்பதுமில்லை. மதியம்வரை அங்கு நின்று 'போரை நிறுத்து' என்போம். ஒரு பயல் நாடாளு

மன்றக் கட்டடத்தைவிட்டு வெளியில் வரமாட்டான். லேபர் கட்சியின் ஜோன் மேர்பியும் அப்போதைய பசுமைக்கட்சியின் தலைவர் டேவிட் பிறவுணும் எப்போதாவது வந்து - தங்கள் வாக்குக்கு சேதாரமில்லாதவகையில் - மைக்கை பிடித்து 'எங்களால் இயன்றதை செய்வோம்' என்றுவிட்டு மீண்டும் உள்ளே ஓடிப்போய்விடுவர்.

வெயில் உச்சியில் வந்து மண்டையைப் பிளக்கும்போது அங்கிருந்து புறப்பட்டு கன்பராவின் ஒவ்வொரு வீதியிலும் உயரப்பறக்கும் கொடிகளுக்கு கீழ் வீற்றிருக்கும் வெளிநாட்டுத் தூதரகங்களுக்கும் செல்வோம். அவற்றின் முன்றலில் நின்று ஒப்பாரி வைப்போம். அநேகமாக ஒரு தூதரகமும் கதவைக்கூட திறந்து பார்த்ததில்லை. அமெரிக்காவும் இந்தியாவும் தமது ஐந்தாம் - ஆறாம் நிலை அதிகாரிகளை வெளியில் அனுப்பி எங்களின் மனுக்களை பெற்றுக் கொள்ளும். அவர்களிடம் மனுக்களை ஒப்படைக்கும் படத்தை பாய்ந்து பாய்ந்து எடுத்து புதினத்துக்கும் தமிழ் நெற்றுக்கும் அனுப்பிக் கொள்வோம். கொன்று குவிக்கப்பட்ட மக்களின் சிதிலங்களைச் சுமந்த செய்திகளுக்கு கீழ் சுடச்சுட எமது ஆர்ப்பாட்டப் படங்களைப் போட்டு அந்த இணையத் தளங்கள் தங்களாலான தேசிய கடமைகளை செய்துகொள்ளும்.

நாங்கள் மீண்டும் அதே வீதிகளால் குழறியபடி நாடாளுமன்றுக்கு முன்பாக வந்து சேருவோம். விட்ட இடத்தில் கார் நிற்கிறதா - வரும்போது அடித்த Speed டிக்கெட்டுக்கு மேலதிகமாக Parking டிக்கெட்டையும் வைத்துவிட்டார்களா என்று பார்த்துவிட்டு - சிட்னி தோழர்களுக்குக் கையசைத்துவிட்டு மெல்பேர்ன் திரும்புவோம்.

வயது முதிந்தவர்களுக்காக ஒழுங்கு செய்யப்பட்ட பத்துப் பதினைந்து பேருந்துகளும் வந்தவர்களைத் தூக்கிக்கொண்டு மீண்டும் சிட்னியை நோக்கித் திரும்பும்.

இழவு வீட்டுக்குப் போய் திரும்பியவர்களைப்போல அடுத்து என்ன செய்வது என்று தெரியாமல் வந்திருந்து யோசிப்போம். 'நாட்டிலிருந்து செய்தி வந்திருக்கிறது' என்று அடிக்கடி கூட்டங்களுக்கு அழைக்கும்போது பாய்ந்தடித்துக்கொண்டு ஒரு பெருங்கூட்டமே வரும். கதிரை நுனியிலிருந்து எல்லோரும் கதைப்பவரை பார்த்துக்கொண்டிருப்பர். தொடர்ச்சியாக ஆர்ப்பாட்டங்களைச் செய்யுமாறு அங்கு தகவல் சொல்லப்படும். அந்தக் கூட்டத்திலும் பார்க்க பெரிய கூட்டமொன்று கார் பார்க்கில் நடைபெறும். பிறகு, ஆளையாள் பார்த்துவிட்டு எல்லோரும் வீடு திரும்புவர்.

'லண்டன் - கனடாவெல்லாம் லட்சக்கணக்கில் மக்கள் வெள்ளம் கரைபுரண்டு ஓடுகின்றபோது அந்தளவுக்கு நாங்களும் திரண்டால் ஒருவேளை அரசாங்கம் செவி சாய்க்கலாம், ஏதாவது செய்யலாம்' என்று இங்குள்ள மக்களும் எப்படி எப்படி யெல்லாமோ தலைகீழாக நின்று பார்த்தனர்.

'உரத்த குரல் எழுப்பி ஆர்ப்பாட்டம் செய்தால் வெள்ளைக் காரனுக்கு பிடிக்காது, சத்தம் போடாமல் அவன்ர மனச்சாட்சியை தட்டி எழுப்புற மாதிரி ஏதாவது செய்யுங்கோ' என்று ஒரு புத்திசாலி சொன்னபோது நான்கு பேர் போய் உண்ணாவிரத மிருந்தோம்.

'இப்பிடிச் செய்து அவங்களை வெருட்டக்கூடாது. வெளிநாட்டில உண்ணாவிரமிருக்கிறது suicide attempt தெரியுமே' என்று இன்னொருத்தர் வந்து ஆலோசனை சொல்லி, மெழுகுவர்த்தி ஊர்வலத்துக்கு அவரே sponsor செய்தார். அதையும் செய்து பார்த்தோம்.

மெல்பேர்ன் நகரத்தைச் சுற்றிப்பார்ப்பதற்கு வாடகைக்கு விடப்படும் குதிரை வண்டிகளில் ஏறி ஒரு கூட்டம் கொடியோடு சென்று ஆர்ப்பாட்டம் செய்தது. 'சிவப்பு கலரை காட்டினால் குதிரை வெருளும். அதை உள்ளுக்குள்ள வச்சுக்கொண்டு பாதாகை யளை தூக்கிப்பிடியுங்கோ' என்று கூறப்பட்ட ஆலோசனைகளின் பேரில் குதிரையைக்கூட கோபப்படுத்தாத ஆர்ப்பாட்டங்களும் வெற்றிகரமாக மேற்கொள்ளப்பட்டன.

இப்படியாக, 2009 ஆம் ஆண்டு தை மாதம் முதல் உக்கிரமாக மேற்கொள்ளப்பட்ட சாதாரண ஆர்ப்பாட்டம், சவப்பெட்டி ஆர்ப்பாட்டம், போராட்டங்கள் - ஊர்வலங்கள் என்று அனைத்தும் ஏப்ரல் மாதக் கடைசியை எட்டும்போது கொஞ்சம் கொஞ்சமாக உதிரத்தொடங்கின. புதினம் இணையதளத்தை தொடர்ச்சியாக பார்ப்பதாக வெளியிலும் defence.lk <http://defence.lk/> இணைய தளத்தை கள்ளமாகவும் பார்த்துக்கொண்டிருந்த பலர் defence.lk <http://defence.lk/> செய்திகளை பகிரங்கமாகவே பேசத்தொடங்கினார்கள். மே மாதம் ஆரம்பித்தபோது - தொடர்ச்சியாக ஆர்ப்பாட்டங்களில் கலந்துகொண்டதால் பட்ட வெயிலுக்கு அப்பால் மேலதிகமாக ஏதோ ஒன்று எல்லோரது முகத்திலும் கருமையைப் பூசத்தொடங்கியது.

அன்றைய தினம், மெல்பேர்னில் மிகச்சொற்பமானவர் களுடன் அந்த ஆர்ப்பாட்டம் நடைபெற்றுக் கொண்டிருந்தது. ஆனால், எல்லோரின் கைகளிலும் அந்த கொடி மாத்திரம்

திமிரோடு பறந்துகொண்டிருந்தது. அப்போதுதான் டிபிஎஸ்ஜெயராஜ் அந்த செய்தியை போட்டுடைத்திருந்தார். உதடுகள் துடி துடிக்க எனக்கு நெருக்கமானவர்களிடம் அதைப் போய்ச் சொன்னபோது 'எனக்கு கிட்ட நிற்காத, அங்கால போ' என்றான் ஒரு நண்பன். நான் தூரத்தில் போய் ஒரு இடத்தில் உட்கார்ந்திருந்துவிட்டு தனியாகவே வீடு வந்துவிட்டேன்.

அதற்குப்பிறகு குழப்பத்தின் குழப்பமாக ஒவ்வொரு நாளும் கழிந்தது.

பின்னர் அது மாதங்களாகக் கடந்தது.

இன்று பல வருடங்களும் கடந்துவிட்டன.

மெல்பேர்ன் நகருக்கு ஒரு அலுவலுக்காகச் சென்றிருந்தேன்.

அந்தக் குதிரை வண்டியில் ஒரு வயதான மூதாட்டி பாலஸ்தீன கொடியை பற்றிப்பிடித்துக் கொண்டிருக்க, அதே குதிரை சளைக்காமல் அந்தப் பெருவீதியில் ஓடிக்கொண்டிருந்தது.

(மே, 17 - 2018)

அவர்கள்

கோவிலுக்கு கிழக்கு பக்கமாக கூத்து கொட்டகைக்கு பின்புறத்தில் உள்ள நாவல் மரத்துக்கு கீழ் இம்முறையும் 'அந்த மக்கள்' எனப்படுகிறவர்கள் காத்திருந்தார்கள். இல்லை, காத்திருக்க வைக்கப்பட்டார்கள்.

கோயிலின் வடக்குப் பக்கமாக உள்ள ஆலமரத்து கீழே இம்முறையும் 'இந்த மக்கள்' எனப்படுகின்றவர்கள் காத்திருந்தார்கள். இல்லை, காக்க வைக்கப்பட்டிருந்தார்கள்.

கோயில் அன்னதான மடத்தில் ஒன்றாகப் பந்தியிலிருந்து உணவுண்ணவோ - கோயில் நடவடிக்கைகளில் பங்குபெறுவதற்கோ அவர்கள் இம்முறையும் வழக்கம் போல அனுமதிக்கப்படவில்லை. பொங்கல் முடிந்த கையோடு அவற்றைப் பெட்டிகளில் போட்டு, மாட்டுக்கு கஞ்சி வைப்பதுபோல சிலர் கோயிலுக்கு தூரத்திலுள்ள அந்த ஆலமரம் மற்றும் நாவல் மரங்களுக்கு கீழிருந்த 'அந்த' மற்றும் 'இந்த' மக்களுக்குக் கொண்டுபோய்க் கொடுத்தார்கள். அவர்களும் அதை வாங்கி - தூரத்தில் இருந்தே சாப்பிட்டுவிட்டு சென்றார்கள்.

JCB வாகனத்தின் அனுசரணையோடு ஈழத்தின் சாதியை இரண்டு மூன்று நாட்களுக்கு முன்னர் கண்டறிந்த பொங்கும் புயல்களே!

மேற்படி சம்பவம் நடைபெற்றது வேறெங்கும் அல்ல.

போன மாதம் நடைபெற்ற பொங்கலின்போது ஈழத்தின் வரலாற்று சிறப்பு மிக்க இயக்கச்சி கண்ணகை அம்மன் கோவிலில் தான்.

கண்ணகை அம்மன் கோவிலில் ஒவ்வொரு வருடமும் வைகாசி தோறும் முன்றாவது திங்கட்கிழமைகளில் நடைபெறுகின்ற இந்த பொங்கல் நிகழ்வு சிறப்புமிக்கது. பக்கத்து ஊர்களிலிருந் தெல்லாம் பக்தர் கூட்டம் படையெடுக்கும். பொங்கல் பானைகள் அனைத்திலுமே பெருங்குடிகள் அணிவகுக்கும். அரிசி முதல் அண்டா வரைக்கும் அனைத்துமே பாசித்தாள் பரிசோதனைக்கு

உட்படுத்தப்பட்டு சாதிச் சான்றிதழ்கள் கொடுக்கப்படும். பரிசோதனை முடிந்த பின்னர் பானைகள் படையலுக்கு வரும். அம்மனுக்கே புரியாத ஆகமங்கள் சொல்லிக் கொடுக்கப்படும். உயர்பாதுகாப்பு வலயத்தில் வைத்து உக்கிரமான பூசை நடக்கும்.

அனைத்தும் நடந்து முடிய - தூரத்தில் காத்திருப்பவர்களுக்கு பெட்டிகளில் பொங்கல் போகும்.

ஆண்டாண்டு காலமாக சாதிக்கு சாமத்திய வீடு செய்து அழகு பார்த்துக்கொண்டிருக்கும் உயர்குடிகள் என்ற விறைத்த மண்டைகளின் பழக்கம்தான் இது. (பிழையாக வாசித்தாலும் பிரச்சினை இல்லை)

போன மாதம் மாத்திரமல்ல, அதற்கு முதலும் ஆண்டாண்டு காலமாகவும் 'பெருமையோடு' ஈழமெங்கும் கிழிந்து தொங்குகின்ற எங்கள் வீரத்தமிழ் மரபுதான் இது.

பொங்கல் போனாலென்ன, போரே தங்களை அழித்தால் என்ன, அவர்களுக்கு அவையெல்லாம் பிரச்சினையே இல்லை. கோயில்கள் மீண்டும் முளைக்கும்போது அவற்றை மீண்டும் சாதிப்பயிரோடு கும்பாபிஸேகம் செய்து அந்த கும்பத்துக்குள் தங்கள் குலப்பெருமையை குடிவைக்கவேண்டும். அதன் வழியாக கர்ப்பகிரகங்களை தங்கள் கைதிகளாக வைத்துக்கொண்டு ஊருக்குள் உரு ஆடவேண்டும்.

இதுதான் அவர்களது லட்சியம்.

கோவிலுக்கு காவடி எடுப்பதிலிருந்து கோயில் கிணற்றில் தண்ணீர் அள்ளுவது உட்பட அனைத்துக்கும் சிறப்புத் தகுதி வேண்டும் என்ற குலப்பெருமை பேசுகின்ற இவ்வாறான JCB வாகன மண்டையர்கள் ஈழத்தில் ஊருக்கு ஊர், வீட்டுக்கு வீடு மாத்திரமல்ல, அவர்களின் வாரிசுகளாக வெளிநாடுகளிலும் உள்ளனர்.

இதிலொன்றும் ஆச்சரியமில்லை.

யாழ். மாவட்டத்தில் இன்றைக்குள்ள கணக்குப்படி 2451 இந்து கோயில்கள் உள்ளன. 260 கிறிஸ்தவ தேவாலயங்கள் மற்றும் 19 பள்ளிவாசல்களும் உள்ளன. வடமராட்சியில் மாத்திரம் 624 இந்துக்கோவில்கள், தென்மராட்சியில் 402 - நல்லூரில் 298 கோயில்கள். தீவகத்தில் வடக்கு - தெற்கு உட்பட ஊர்காவற்றுறையும் சேர்த்து 215 கோவில்கள் உள்ளன.

டொலர்களின் துணையால் கலர் கலராக எழும்பி நிற்கும் இவ்வளவு ஆண்டவர் சந்நிதானங்களிலும் எத்தனை கோயில்களுக்கு எல்லோரும் போய்வரக்கூடிய சுதந்திரம் இருக்கிறது?

எத்தனை கேணிகளில் எல்லோருக்கும் கால் அலம்பி வரும் அடிப்படை உரிமை இருக்கிறது?

எத்தனை அன்னதானங்களில் எல்லோரும் சேர்ந்துண்டு வரக்கூடிய சமத்துவம் இருக்கிறது?

எத்தனை துலாக்களில் யாரும் தொங்கி ஆண்டவனுக்கு நேர்த்திக்கடன் செலுத்தலாம் என்ற அனுமதியிருக்கிறது?

எங்களை இணைப்பதற்கே எங்கள் இனத்துக்குள் கயிற்றின் நுனி தெரியாத நாங்கள், வடக்கு - கிழக்கை இணைப்பதற்கு வரிந்துகட்டிக்கொண்டு நிற்பதெல்லாம் சிரிப்பா இல்ல?

ஈழத்தின் 'மதம்'

வெளிநாடொன்றிலிருந்து கைது செய்யப்பட்டு சிறிலங்காவுக்கு கடத்திச் செல்லப்பட்ட விடுதலைப்புலிகளின் முக்கிய உறுப்பினர் ஒருவரை சகல விசாரணைகளுக்கும் உட்படுத்தி முடிந்த காலப்பகுதி யொன்றில் அப்போதைய பாதுகாப்பு அமைச்சின் செயலர் கோத்தபாய ராஜபக்ச சந்தித்து பேசினாராம். அப்போது அந்த முக்கிய உறுப்பினரிடம் சில முக்கிய விடயங்களைப் பேசிவிட்டு - 'போர் முடிந்துள்ள தற்போதைய - அமைதியான - காலப் பகுதியில் பல்வேறு நலத்திட்டங்களை தமிழர்களுக்கு அள்ளி வழங்கி அவர்களது மனதில் போர் குறித்த நினைவுகளையும் புலிகள் பற்றிய எண்ணத்தையும் முற்றாகத் துடைத்தெறியப் போகிறோம். இவற்றைவிட தமிழ் மக்களின் மனங்களில் லாவகமாக இடம்பிடிப்பதற்கு வேறு என்ன வழி' என்று கோத்தபாய கேட்டாராம்.

அதற்கு சாதுவான புன்னகையோடு பதிலளித்த அந்த புலிகளின் முக்கிய உறுப்பினர் 'மக்களின் மனங்களில் இடம் பிடிப்பதற்கு என்ன செய்வது என்பதை யோசிப்பதற்கு முதல், எவற்றையெல்லாம் செய்யக்கூடாது என்பதில் தெளிவாக இருக்க வேண்டும். தமிழ் மக்களைப் பொறுத்தவரை, கோயில்கள் - காணிகள். இந்த இருவிடயங்களும் அவர்களும் மிகவும் முக்கியமானவை. உணர்வுபூர்வமானவை. இவற்றில் நீங்கள் கை வைத்தீர்களானால் அதற்கு பிறகு நீங்கள் எதைச் செய்தாலும் அவர்களின் மத்தியில் அவை எடுபடப் போவதில்லை' என்று கூறினாராம்.

இந்த சம்பாஷணையில் உள்ள யதார்த்தத்தினை கோத்தபாய புரிந்தாரோ இல்லையோ, புலிகள் தங்களின் ஆட்சிக்காலம் முழுவதும் நன்றாகவே அறிந்து வைத்திருந்தார்கள்.

விடுதலைப்புலிகளது ஆட்சியின் எந்தக் காலப்பகுதியிலும் அவர்களது கட்டுப்பாட்டிலிருந்த மக்களின் வெறித்தனமாக மத நம்பிக்கை, அதன் வழி நீண்ட கோயில் கலாச்சாரங்கள், மதரீதியான மூடநம்பிக்கைகள், அதன் வழியாக வீண் செய்யப்பட்ட

பல லட்சக்கணக்கான பணம் என்பவற்றை அவர்களால் கட்டுப்படுத்தவே முடிந்திருக்கவில்லை.

மாறாக, விடுதலைப்புலிகளின் தலைவரையே முருகனுக்கு உருவகித்து பாடல் பாடுமளவுக்குத்தான் சைவ சமயம் என்பது போராட்டத்தை சுற்றிவளைத்து வைத்திருந்தது. ஈழ விடுதலைப் போராட்டத்தில் இது வெளிப்படையாகத் தெரியும் விடயமாக இல்லாவிட்டாலும், அகவயமாக வியாபித்துக்கிடந்த உண்மை.

இன்னொரு விதத்தில் கூறப்போனால், உலகின் மிகப்பலம் வாய்ந்த மக்கள் இராணுவங்களில் ஒன்றாக பல்வேறு தரப்பினராலும் வியந்து போற்றப்பட்ட விடுதலைப்புலிகளினால்கூட தங்களது கட்டுப்பாட்டிலிருந்த - தீவிரமான மத நம்பிக்கையில் ஊறிப்போய் கிடந்த - மக்கள் கூட்டத்தின் விசர் கூத்துகளை ஒருபோதும் நேர் சீரான வழிமுறைகளுக்குள் கொண்டுவரமுடியவில்லை.

அப்போதே அந்த நிலையென்றால், இப்போது?

போர் முடிந்து இன்னமும் எத்தனை பேர் கொல்லப் பட்டார்கள் என்றே தெரியாத ஒரு மண்ணில் இன்றைக்கும் கோடிக்கணக்கில் பணத்தை கொட்டி கோயில் கும்பாபிஷேகம் நடத்துகின்ற ஒரு இனமாகத் திமிரோடு நிற்பதும் -

ஒரு இனத்தின் மிகப்பெரிய விடுதலைக்காகப் போராடிய அமைப்பின் போராளிகள் இன்னமும் சமூகத்தின் தீண்டப்படா தவர்களாக நடத்தப்படுகின்ற மண்ணில், அவர்களிலும் பார்க்க மேலான கடவுள் தமக்குள்ளார்கள் என்று அதே மண்ணில் காவடிகள் எடுக்கும் பக்திமான்கள் வாழ்வதும் தமிழர் தாயகத்தில் மாத்திரம்தான் சாத்தியமாகிறது.

என்னைப் பொறுத்தவரை, ஈழத்திலுள்ள சைவ நம்பிக்கையும் அதற்காக எமது மக்கள் காண்பிக்கும் வெறித்தனமான பக்தியும் இந்தியாவின் ஆர்.எஸ்.எஸ். பரிவாரங்களின் அட்டகாசங்களைவிட பயங்கரமானது. ஆனால், அந்த அரியண்டங்களிலிருந்து ஈழத்தின் மத நம்பிக்கை தனித்துத் தெரிவதற்கு காரணம், எம்மவர்கள் பிற மதங்களின் மீது ஆக்கிரமிப்பு செய்வதில்லை. பிற மதங்களின் மீது வன்முறைகளில் இறங்குவதில்லை. தங்களது வெறித்தனமான பக்தியை கலாச்சார அடையாளமாகவும் பண்பாட்டுக்கூறாகவும் காலம் காலமாகப் பேணிவருவதால் பெரியளவிலான வரலாற்று பாதகங்கள் எதுவும் நிகழவில்லை. வேறுவகையில் சொல்லப் போனால், ஈழத்திலுள்ள சமய நம்பிக்கை - பிற மதங்களை காயப்படுத்தாத - 'இராஜதந்திர ரீதியான பக்தியில்' நிலைநிற்கிறது. அது எமது மக்களுக்குள் கலந்து கிடக்கும் வடிவமே வேறு.

இந்த மத நம்பிக்கையானது பன்னெடுங்காலமாக மக்களாலேயே வரைவிலக்கணப் படுத்தப்பட்டு ஊறிப்போய் கிடப்பதும், சமரசம் செய்யமுடியாத அகவயமான கூறுகளோடு பயணிப்பதும் எம்மினத்தில் அமிழ்ந்து கிடக்கும் 'அதிசயங்களில்' ஒன்று.

மறவன்புலவு சச்சிதானந்தம் அவர்கள் திட்டம் போடுவது போல இந்த சமய நம்பிக்கையின் வழியாகப் புதிதாக எதுவும் செய்துவிடவும் முடியாது. அதற்கு தமிழ் மக்கள் ஒருபோதும் தயாராகவும் மாட்டார்கள்.

'புதினம்' இணையத்தளத்துக்காக அனிதா பிரதாப்பினை செவ்வி கண்ட பின்னர், அடுத்ததாக நான் பாஜகவின் இல. கணேசனை செவ்வி கண்டிருந்தேன். அப்போது அவர், 'விடுதலைப்புலிகள் மாத்திரம் தங்களது போராட்டத்தினை இந்து மதப் போராட்டமாக அறிவித்திருந்தால், பா.ஜ.க. எப்பவோ ஆதரவளித்திருக்கும்' என்றார்.

'அவரது கருத்து குறித்து என்ன நினைக்கிறீர்கள்' - என்று தமிழ்ச்செல்வன் அவர்களிடம் கேட்டபோது - அவர் வழக்கத்தைவிட அதிகமாகச் சிரித்தார்.

ஆக, தமிழர் தாயகம் இந்து மதத்தினைத் தங்களின் மீது திணிக்கப்படுகின்ற அடையாள அழிப்புக்கு எதிரான கருவியாகப் பயன்படுத்துவதற்கு நினைத்திருந்தால் அது எப்பவோ நடந்திருக்கும். அது அன்றைக்கும் நடக்கவில்லை. இன்றைக்கும் நடக்கவில்லை. என்றைக்கும் நடக்கப்போவதில்லை.

தமிழ் தேசிய விடுதலைப் போராட்டத்தின் பலமே அதுதான்.

தமிழ் தேசியத்திலிருந்து எந்த மதத்தினைத் தூக்கி வெளியே போட்டாலும் அது போராட்டத்திற்கு எந்த பங்கத்தையும் ஏற்படுத்தாது.

ஆனால், சிங்கள தேசியத்திலிருந்து பௌத்தத்தினை தூக்கி வெளியில் போட்டுப்பாருங்கள். அவர்களது தேசியம் சிரிக்கத் தொடங்கிவிடும்.

இதை புரிந்துகொள்ளாத, மறவன்புலவு சச்சிதானந்தம் இப்போது மாட்டு இறைச்சியை menu கார்ட்டிலிருந்து அகற்றுவதன் மூலம் எங்களது சனங்களுக்கு தான் நினைத்தவாறு சாமத்திய வீடு செய்யலாம் என்று நினைப்பது படு முட்டாள்தனம்.

கிட்னி ரசிகர்களே!

2015 ஆம் ஆண்டுக்கு முன்னர் வெளிநாட்டிலிருந்து சிறிலங்காவுக்கு போன தமிழர்கள் அனைவரும் துரோகிகள் என்று கருதப்பட்டார்கள். சிறிலங்கா எயார் லைன்ஸில் பயணித்தவர்கள், வெளிநாடுகளில் சிங்களக் கடைகளில் சாமான் வாங்கியவர்கள், 'டில்மா' தேயிலை போட்டு தேத்தண்ணி குடித்தவர்கள், தேத்தண்ணி போட்டு கொடுத்தவர்கள், அந்த கோப்பையைக் கழுவியவர்கள் என்று அனைவருமே இந்தத் துரோகிகள் பட்டியில் சேர்க்கப் பட்டிருந்த கொடிய காலமது.

ஆனால், இவ்வாறு துரோகிப் பட்டியல் போட்டவர்களும் சிறிலங்காவுக்கு போய்வரலாம் என்ற காலம் மைத்திரியின் ஆட்சியுடன் கைவரப்பெற்ற பிறகு அந்தத் தடை ஓரளவுக்கு நீக்கப்பட்டது.

2015 ஆம் ஆண்டுக்குப் பிறகு யாழ்ப்பாணத்தில் போய் நின்று 'அம்மாச்சி' கடையில் சாப்பிட்டவாறு ஒரு படம் எடுத்து முகநூலில் போட்டுக்கொண்டாலே அது எங்களின் தமிழ்த்தேசிய உணர்வை உறுதிப்படுத்துவதற்குப் போதுமாக இருந்தது.

இது போருக்குப் பிறகு ஏற்பட்ட மிகப்பெரியதொரு பாய்ச்சல். மைத்திரி உள்ளூரில் எதைப் பிடுங்கினாரோ இல்லையோ வெளிநாட்டுத் தமிழர்களின் மண்டைகளுக்குள் இவ்வாறனதொரு ஞானஒளியைப் பாய்ச்சிவிட்டதில் மிகப்பெரிய வெற்றியை ஈட்டியவர்.

இந்த அச்சம் நீங்கிய காலப்பகுதி இன்று வெளிநாட்டு மக்களின் மத்தியில் பல பரிணாம வளர்ச்சிகளை ஏற்படுத்தி யிருக்கிறது. காணி விற்பது முதல் காது குத்துவது வரைக்கும் எல்லாவற்றுக்கும் நினைத்தவுடன் சிறிலங்காவுக்கு போகிறார்கள். விற்கிறார்கள் - குத்துகிறார்கள் - வருகிறார்கள்.

ஆனால், இப்போது மறுபடியும் குறிப்பாக - யாழ்ப்பாணத்துக்கு வெளிநாட்டவர்கள் போய்வருவதற்கு புதுவிதமானதொரு அச்சம் தோன்றியிருப்பதாகக் காலையில் சிங்களக் கடையொன்றில் சிக்கன் துண்டைக் கடித்து பாணோடு உள்ளே தள்ளிக் கொண்டிருக்கும்போது ஒரு பெரியவர் சொன்னார்.

அதாவது, யாழ்ப்பாணத்தில் கிட்னி களவெடுக்கும் மாபியா குழுவொன்று யாழ் ஆஸ்பத்திரியில் இயங்குவதாக புதிய தகவலொன்று வெளியாகியுள்ளதாம். இதனால் வெளிநாட்டுச் சனம் மறுபடியும் அங்கு போவதற்கு சிலவேளைகளில் பயப்படலாம் என்று அவர் கடுமையாகக் கவலைப்பட்டார்.

இது ஒரு முக்கியமான விடயம். இந்தச் செய்தி எவ்வளவுதூரம் உண்மை - பொய் என்பதற்கெல்லாம் அப்பால், இவ்வாறு கிட்னியைப் பிடுங்கும் ஐடியாவுடன் யாராவது அங்கிருந்தால், அவர்களுக்கு ஒன்று விளங்கவேண்டும்.

வெளிநாடு என்றால் நீங்கள் நினைப்பதுபோல் அல்ல. இங்கு வெளியில் போடும் மேக் - அப், ஆடை அணிகலன்களை வைத்து வெளிநாட்டு மக்களை பெரியளவில் எடைபோட்டு விடக்கூடாது. வெளியில் அப்படித் தெரிந்தாலும் உள்ளுக்குள் பெரிய வறிய பிரச்சினைகளுடன் வாழ்பவர்கள் நாங்கள்.

இங்கிருப்பவர்களின் கிட்னியை ஏற்கெனவே இங்குள்ள வங்கிகள் பிடுங்கிவைத்துக்கொண்டுதான் எங்களுக்கு கடன் தந்து வைத்திருக்கிறார்கள். கடனட்டை தந்திருக்கிறார்கள். வாகனக் கடன், வைத்தியக்கடன் என்று எல்லாவற்றையும் தந்துவிட்டு வீட்டு வாசலிலேயே குந்திக்கொண்டிருக்கிறார்கள். ஏதோ காருண்ய மனம் படைத்தவர்கள் என்ற காரணத்தினால் ஒற்றைக் கிட்னியுடன் எங்களை உலாவ விட்டிருக்கிறார்கள்.

நிலமை இப்படியிருக்கும்போது, எஞ்சியுள்ள ஒரு கிட்னியையும் நீங்கள் பிடுங்கப்போவதாக அடம் பிடிப்பதற்கு நாங்கள் ஒன்றும் அம்பலவி மாமரங்கள் அல்ல.

அத்துடன், நல்லூருக்கு வந்து தங்கள் தொப்பைகளை காட்டிக்கொண்டு நின்ற எங்கள் டொலர் தோழர்களைக் கண்டிருந்தால் உங்களுக்கு தெரிந்திருக்கும். அவர்களது கிட்னியையெல்லாம் வைத்து நீங்கள் ஒன்றும் கிழிக்கமுடியாது. உங்களது ஒட்டுமொத்த வியாபாரமும்கூட இவர்களால் பாதிக்கப்படலாம். ஆக, உங்களுக்கான அறுவடையை உள்ளூரில் தாராளமாகச் செய்துகொள்ளுங்கள்.

குறிப்பு - வெளிநாட்டிலிருந்து யாழ்ப்பாணம் போறவர்களுக்கான முக்கிய அறிவித்தல். போய் வாற இடங்களில் யாராவது அநாமதேயப் பேர்வழிகள் சந்தேகத்துக்கிடமான வகையில் உங்கள் இடுப்பைத் தொடர்ந்து பார்த்துக்கொண்டு நின்றாலோ 'இஞ்சி இடுப்பழகா' என்று தேவையில்லாமல் உங்களை புகழ்ந்து பாடினாலோ அவதானமாக இருங்கள்.

(செப்டம்பர், 7 - 2019)

தோசைக்கும் உண்டோ அடைக்கும் தாழ்

அழகு சொரியும் இந்த மெல்பேர்ன் மாநகரில் எத்தனையோ விடயங்கள் இல்லை. சிட்னியிலிருப்பதைப்போல அழகான பெரிய பாலமோ அல்லது 'ஒப்ரா ஹவுஸ்' போன்ற வரலாற்று பொக்கிஷ மான மண்டபமோ இங்கு இல்லை. கடல்வழியாகப் பயணம் செய்யக்கூடிய பொதுமக்கள் போக்குவரத்து வசதி இங்கு இல்லை. இவ்வளவும் ஏன் விமானநிலையத்துக்கு போவதற்கு இன்று வரைக்கும் ஒரு ரயில் சேவையே இங்கு இல்லை.

இவை எல்லாவற்றுக்கும் மேலாக இங்குள்ள மிகப்பெரிய பிரச்சினை உருப்படியான ஒரு தோசைக்கடை இல்லை.

தோசை மாதிரி செய்து விற்கிறார்களே தவிர, சத்தியமாக அது தோசை இல்லை. இந்த விடயத்தை மிகப்பொறுப்போடும் - மனம் முழுவதும் பொங்கி வழியும் வெறுப்போடும் - பதிவு செய்யவிரும்புகிறேன். இங்கு உருப்படியான யாழ்ப்பாணத்தோசை விற்கும் கடை இல்லவே இல்லை. நினைக்கும்போதே கடுப்பாக இருக்கிறது.

தாங்கள் தோசை விற்பதாக பிரகடனம் செய்துகொள்ளும் எந்தக் கடைக்குப் போனாலும் பிரதட்டைக்கு படுத்துக் கிடக்கிறவன் போல கோப்பைக்கு வெளியே நீட்டிக்கொண்டு கிடக்கும் ஒரு கண்றாவியை சுருட்டிப்போட்டு கொண்டுவந்து வைத்து விடுகிறார்கள். அதற்குள் மசாலா இருக்குதாம் - உருளைக் கிழங்கு இருக்குதாம். அதை நாங்கள் விரித்தெடுத்து, கண்டுபிடித்து, தோசையோடு சாப்பிடவேணுமாம். இதுதான் இவர்கள் தோசை விற்கும் லட்சணம். நாங்கள் சாப்பாட்டு கடைக்குப்போறமா? இல்ல, சந்தேக நபர் யாரையாவது பிடிப்பதற்கு போகிறோமா? ஒளிந்து கிடப்பதை கண்டுபிடித்தெல்லாம் சாப்பிடுவதற்கு.

யாழ்ப்பாணத்தோசை என்றால் என்ன? ஊற வைத்த உளுந்தைப் பட்டுப்போல அரைத்து - அதுவும் மிளகு சீரகம் போட்டு - அதில அவித்த மாவை போட்டுக் கரைத்து - பிறகு புளிக்க வைத்து - புளித்து வந்த இந்த தேவாமிர்தத்தில மஞ்சள் - உப்பு போன்ற சுயேட்சைக் குழுக்களை போட்டுக்

கலக்கோ கலக்கென்று கலந்து சின்னத்தம்பி படத்தில் 'அரைச்ச சந்தனம்' பாட்டுக்கு ஓடிவாற குஷ்பு போல திமிறிக்கொண்டு நிக்கிற அந்த மஞ்சள் மாவில் தாளிதத்தையும் சேர்த்து தட்டில ஊற்றி, மாற்றி மாற்றிப் புரட்டி சுடச்சுட எடுத்தால் எப்படி இருக்கும் தெரியுமா?

குறைந்தது பன்னிரண்டு தோசைகளை கண்ணை மூடிக் கொண்டு உள்ளே அனுப்பலாம். கண்ணைத் திறந்து பார்த்தால் எண்ணிக்கை சிலவேளை இன்னும் கூடலாம். அந்தத் தோசையில வேற அகப்பையால் கொஞ்சம் அபிநயம் காட்டிவிட்டால் எண்ணிக்கையை இன்னும் உயர்த்திக்கொள்ளலாம்.

வனிதா மாதிரி மொறு மொறென்று மூன்று தோசை, லொஸ்லியா மாதிரி மெதுவான நான்கு தோசை என்று வித்தியாசமாகப் போட்டு தந்தால் அந்தத் தோசைக்காக தோப்புக்கரணமே போடலாம்.

இதெல்லாம் எங்கே? இந்தப் பண்பாடு எங்கே? கலாச்சாரம் எங்கே? எல்லாவற்றுக்கும் முதல் இந்த தோசை மா எங்கே?

தமிழ் பலசரக்குக் கடையில் போய் கேட்டால், உடனே 'தோசை மா மிக்ஸ்' என்று ஒரு வாளியைக் காட்டுவார்கள். அது நாங்கள் முன்பு நாவற்குழியில் இடம்பெயர்ந்திருந்தபோது தண்ணியைச் சிக்கனமாகப் பயன்படுத்தவேண்டும் என்று கக்கூசுக்கு வைத்திருந்த வாளிபோலவே இருக்கும். அந்த வாளியைக் கொண்டு வந்து அதிலிருந்த மாவை ஊற்றி தோசையைச் சுட்டால், எனக்குத் தானா அல்லது எல்லோருக்குமே அப்படித்தானா தெரியாது, எண்ணிக்கொண்டிருக்கும் ஏழாவது நிமிடத்தில் வயிற்றை கலக்கிக்கொண்டு போகும். அப்படியொரு கசாயம்தான் அந்த தோசை மிக்ஸ்.

இந்த மாநிலம் தழுவிய பிரச்சினையைத் தீர்ப்பதற்கு நானே களத்தில் இறங்கினால்தான் சரி என்று மூன்று நான்கு வருடங் களுக்கு முன்னர் ஒரு பாரிய நடவடிக்கையை மேற்கொண்டிருந்தேன். அந்த இரகசிய நடவடிக்கையின்போது, தோசை மாவின் கலர் எல்லாம் சரியாக வந்தது. கூடவே, குஷ்புவின் நினைப்பும் தவறாமல் வந்தது. அதன்பிறகு சுட்ட பொருளுக்குத் தோசை என்று பெயர் வைப்பதற்குத்தான் எனக்கே வெட்கமாகப்போய்விட்டது.

அதற்குப் பல காரணங்கள். முதலில், அந்த தோசையை 10 சென்ரிமீற்றர் ஆரையாக கொண்ட வட்டமாக ஊற்றவேண்டும் என்று நானும் அகப்பையும் மிகப்பெரிய கணித முயற்சிகளை யெல்லாம் மேற்கொண்டோம். ஆனால், அந்த மண்டைக்கனம்

பிடித்த மஞ்சள் மா விடமாட்டேன் என்றுவிட்டது. சரி போகட்டும் என்று ஏதோ உருவத்தில் ஊற்றிவிட்டால் ஜூலியன் அசேன்ஜே போல அது தட்டைவிட்டு வெளியே வரமாட்டேன் என்று அடம்பிடிக்கத் தொடங்கிவிட்டது. தோசையைப் பிய்த்துத்தானே சாப்பிடுவது, அதைத் தட்டிலிருந்தே பிய்த்தெடுத்தால் என்ன என்ற சமாதானத்தோடு உரித்தெடுத்துச் சாப்பிட்டால் - அதில் பிள்ளை பெற்றவர்களுக்கு செய்துகொடுக்கும் உடன்கள்ளு மாதிரி - ஒரு நாற்றம் அடிக்கத்தொடங்கியது.

அத்தோடு அந்த தோசைப் படையெடுப்புக்கு இனிதே வணக்கம் சொல்லி, உரித்தெடுத்த தோசை, தோசை மா மாத்திர மல்லாமல் தோசைத்தட்டையும் கொண்டுபோய் குப்பையில் போட்டாயிற்று.

அப்படியொரு அவலம் அது.

இன்றைக்கும் மெல்பேர்னில் யாழ்ப்பாணத்து தோசை செய்து விற்கக்கூடிய ஒரு கடை போட்டால் வாளி வாளியாக உழைக்கலாம். ஆனால், எங்கு பார்த்தாலும் கொத்து ரொட்டியைத் தான் போட்டுப் போட்டு சாவடிக்கிறார்கள்.

இன்று காலை காரில் வேகமாக வந்துகொண்டிருந்த போது, பச்சை 'சிக்னல் லைட்' மஞ்சளாக மாறியபோது, அந்த மஞ்சள் வட்டம் அப்படியே அந்த தோசை ஞாபகங்களை வந்து கிளறோ கிளறென்று கிளறிவிட்டது.

(செப்டம்பர், 3 - 2019)

உப்பளத்தின் கசப்புக்கள்

ஆனையிறவு உப்பளத்தில் விளைகின்ற உப்பை தென்னிலங்கைக்கு வாங்கிச் சென்று சுத்திகரித்து பொதி செய்து மீண்டும் வடக்குக்கு கொண்டுவந்து ஆறு மடங்கு விலைக்கு விற்கிறார்கள்; இந்த தொழில்படிமுறையை வடக்கிலேயே மேற்கொண்டால் வடக்கில் உள்ளவர்களுக்கு தொழில்வாய்ப்பு ஏற்படுமல்லவா? அதன் ஊடாக வடக்கின் பொருளதாரமும் உயருமல்லவா என்ற கேள்வியொன்றை சகோதரி வைதேகி நரேந்திரன் அவர்கள் முகநூலில் எழுப்பியிருக்கக் கண்டேன்.

ஒரு தேசத்தின் பொருளதாரக் கட்டுமானம் என்பது இப்படிப்பட்ட ஆரோக்கியமான சிந்தனைகளிலும் பொருளாதார நலன்சார்ந்த பாதைகளின் வழியாகவும்தான் முன்னேற முடியும் என்பதில் இரண்டாம் கேள்விக்கு இடமேயில்லை. எல்லா வற்றுக்கும் மேலாக எங்களின் வளங்கள் மீது நாங்கள் தங்கி நிற்கின்ற போதுதான் அதன் வழியாக மற்றவர்கள் வந்து ஏய்த்துவிட்டுப் போகாதபடி எங்களைப் பாதுகாத்துக்கொள்ளவும் முடியும் என்பது எல்லோருக்கும் தெரிந்த பொருளாதார தத்துவம்தான்.

ஆனால், இதில் மறைந்திருக்கின்ற மர்மமான சமூக அசமநிலைக்கு விடை தேடாதவரைக்கும் இப்படிப்பட்ட ஆரோக்கியமான தவங்களுக்கு வரம் கிடைக்கப்போவதேயில்லை.

அடித்தட்டு வர்க்கத் தொழிலாளர் பணி என்பது யாழ் மையவாத சிந்தனையின் முன்னால் எப்போதும் இளக்காரமாகப் பார்க்கப்பட்டு வருகின்ற விஷயம். அப்படிப்பட்ட வேலைகளை செய்தவர்களையும் அவர்களின் பரம்பரைகளையும் எந்தக் கூச்ச நாச்சமும் இல்லாமல் இதே வடபுலம், சாதிய ரீதியாக கீழே போட்டுப் பந்தாடி வந்திருக்கிறது என்பது எமது 'பெருமைக்குரிய' வரலாறு.

இதற்கு மாற்றாகத்தான், கல்வியில் உயர்ந்த குடிகளாக யாழ் சமூகம் தன்னைத் தொடர்ந்து கட்டியெழுப்பி வந்தது. அதில் வெற்றியும் கண்டிருந்தது, கல்வியில் மிகப்பெரிய எழுச்சியைக்

காணத் தொடங்கியிருந்த யாழ் சமூகத்தின் பெருமைக்கு அடியில், எவராலும் காது கொடுத்துக் கேட்கமுடியாத சாதிப்பிரிவுகளும் தாழ்த்தப்பட்டவர்களின் கூக்குரல்களும் தொடர்ச்சியாக எழுந்த வண்ணமிருந்திருக்கின்றன. அவை அனைத்துமே இந்த யாழ் மேல்தட்டு வர்க்கத்தினால் லாவகமாகக் கடந்து செல்லப் பட்டிருக்கின்றன என்பது யாரும் அறியாதது அல்ல. அது காலப்போக்கில், எவராலும் கேட்கப்படக்கூடாத குரலாகவும் நசிந்து போய்விட்டது.

ஆக, இன்றுள்ள நிலையில், வடக்கில் தொழில்சார் ரீதியாக அடிமட்ட வேலை செய்த பின்னணியைக் கொண்டவர்கள் எவரும் தங்களை சமூகத்தில் மதிப்புமிக்க இடத்திற்கொண்டுபோய் நிறுத்துவதற்கு ஒன்றில் கல்வி தேவைப்படுகிறது அல்லது புலம்பெயர்வின் ஊடாகச் செல்வச்செழிப்பான வாழ்வு தேவைப்படுகிறது. இதுகூட ஒரளவுக்குத்தான் இந்தச் சமநிலையை உயரத்துக்குக் கொண்டு வருகிறதே தவிர, 'என்னதான் ஆடினாலும் அவன் நளவன்தானே, பள்ளன்தானே, கரையான்தானே' - என்ற பழிச்சொற்கள் மேட்டிமைக்காரர்களின் பற்களுக்கு நடுவில் இன்னும் வசதியாக ஒட்டிக்கொண்டுதானிருக்கின்றன.

இதன் நீட்சிதான், முன்னாள் போராளிகளைக்கூட யாழ் சமூகம் ஒரு அரியண்டம் மிக்க கண்ணோட்டத்துடன் பார்ப்பதாகும். அவர்களுக்கு படிப்பறிவில்லை என்பதும் 'சாதி குறைந்த பெடி பெட்டையள்தான் சண்டைக்கு எண்டுபோனதுகள்' என்பதும் யாழ் மைய மனநிலையில் கேட்டுக் கேள்வியில்லாத எடுகோளாகவும், சமூகத்தை அளப்பதற்கான தங்களது அளவு கோலாகவும் தொடர்ந்து இருந்து கொண்டிருப்பதொன்றும் புதினமில்லை.

ஆனால், இந்த அளவுகோல்கள் பெரும்பான்மை சமூகத்திலும் முஸ்லிம் சமூகத்திடமும் உள்ளதா என்ற கேள்வியில்தான், எங்களது வங்குரோத்தும் அவர்களதும் வாய்ப்பும் சமவிகிதத்தில் ஏற்றுக்கொள்ளப்பட்டு விடுகிறது.

வைதேகி சொல்லியிருக்கின்ற இந்தத் தீர்வினை போர் இன்று எமது சமூகத்திற்குள் வலுக்கட்டாயமாக திணித்திருக்கிறது என்பது உண்மைதான். அதனை விரும்பியோ விரும்பாமலோ ஏற்றுக் கொள்ள இந்த சமூகம் தள்ளப்பட்டிருக்கிறது என்பதும் உண்மைதான்.

ஆனால், இன்றைக்கு அவ்வாறானதொரு தன்னிறைவுப் பொருளாதாரத்துக்கான காரணங்களை அரவணைத்துக் கொள்வதிலும் பார்க்க, வெளிநாட்டுப் பயணத்திலும் பணத்திலும்

மக்களை அதிகமாக ஊறவைத்துவிட்டோம் என்பதும் அவற்றைத் தான் தாழ்வுகளிலிருந்து வெளிவருவதற்கான ஏணிகளாக கண்டுபிடித்துக் கொடுத்திருக்கிறோம் என்பதும் எங்களுக்குள் மறைந்திருக்கும் பெருஞ்சோகம்.

சமூக வளர்ச்சிக்கான காரணிகளை நாங்கள் தொடர்ந்தும் புத்தகப் படிப்பிற்குள்ளேயும் வெளிநாட்டு பணத்தில் முளைத்துள்ள கல்யாண மண்டபத்திற்குள்ளேயும்தான் வைத்திருக்கிறோம். அதுதான் சாதனை என்று அடுத்த தலைமுறைக்குக் காட்டிக் கொடுக்கிறோம்.

பொருளதாரக் காரணிகளில் மாத்திரமல்ல, மீள்குடியமர்வு மற்றும் சிங்கள குடியேற்றங்களினால் பறிபோகின்ற நிலம் என்ற முக்கிய பிரச்சினைகளிலும்கூட இதே நிலைதான்.

இரத்தம் கொதிக்க கொதிக்க அரசியல் பேசுவதற்கெல்லாம் இந்தக் கலைச்சொற்கள் எல்லோருக்கும் தேவைப்படலாம். ஆனால், நடைமுறையில் சிங்களக் குடியேற்றங்களைக் கலைத்துவிட்டு எல்லைக்கிராமங்களில் போய் குடியேறுவதற்கு, யாழ்ப்பாணத்தைச் சேர்ந்த எத்தனை குடும்பங்கள் தயாராக இருக்கின்றன?

இதைக்கூட இங்கு வெளிநாட்டிலிருந்து எழுதிக்கொண்டிருப்பது தானே எனக்கும்கூட வசதியாக இருக்கிறது.

ஆக, எங்கள் மண் சார்ந்து எங்களைக் கட்டியெழுப்பிக் கொள்வதற்கு நாங்கள் உருவாக்கிவைத்திருக்கும் பாரம்பரிய அளவுகோல்களில் கொண்டுவரக்கூடிய மாற்றங்களும் அதற்கு சமூகம் சார்ந்த தயார்நிலைகளும்தான் முதலில் சீர்படுத்தப் படவேண்டுமே தவிர, திடீர் தொழிற்சாலைகளும் ஆலைகளும் அல்ல. இந்த அடிப்படை மாற்றங்கள் ஏற்படாவிட்டால், வடக்கில் உருவாகப்போகும் உப்பு சுத்திகரிப்பு ஆலைகளிலும்கூட, தென்னிலங்கையிலிருந்து வந்து சிங்கள - முஸ்லிம் தொழிலாளர்கள் வேலை செய்து சம்பளத்தை எண்ணிக்கொண்டு போவார்கள். அவ்வளவுதான்.

(ஆகஸ்ட், 4 - 2019)

பொதுக்கழிப்பறை

பொதுக்கழிப்பறைகள் எனப்படுபவை கோயில்களுக்கு அடுத்ததாக பொறுமையைக் கோரி நிற்பவை. ஆண்டவனை நோக்கிய வழிபாட்டில் கடைப்பிடிக்கவேண்டிய அனைத்துக் கட்டுப்பாட்டுகளையும் ஒரு பொதுக்கழிப்பறை விசிட்டின்போது நாங்கள் கடைப்பிடிக்க வேண்டியவர்களாக இருக்கிறோம். திறந்த அறைகள் அனைத்தும் சிறந்த அறைகள் என்று நினைத்து பல்லிளித்துக்கொண்டு உள்ளே நுழைந்துவிட முடியாது. எந்த சந்நிதானம் புனிதமானது என்பதை உய்த்து - உணர்ந்து - மணந்து - உள்ளே செல்வதற்கு எமக்கு நீண்ட பொறுமையும் சகிப்புத் தன்மையும் தேவைப்படுகிறது.

இவை அனைத்தும் கைவரப்பெற்றால் மாத்திரம் நாங்கள் முக்தியடைந்துவிட மாட்டோம் என்றில்லை. நாங்கள் தெரிவு செய்து போய் குந்துகின்ற இடத்தில், எமக்கு முதல் குந்திச் சென்றவர் சுத்தம் குறித்த குறைந்தபட்ச புரிந்துணர்வோடு பணியாற்றிச் சென்றிருக்கவேண்டும்.

ஆக, பொதுக்கழிப்பறைப் பக்கம் போவதற்கு முன்னர், இவ்வாறான ஒரு பிரார்த்தனையோடுதான் உள்ளே நுழைய வேண்டியிருக்கிறது. அந்த பிரார்த்தனைக்கு ஏற்ற இடம் அமையப் பெற்றால், உங்களைவிட அதிஷ்டமானவன் இந்த இந்த poo உலகில் வேறுயாருமில்லை.

பொதுக்கழிப்பறைகளில் அவசரத்துக்கு ஒதுங்குவது என்று வந்துவிட்டால் அங்கு யாருமே புனிதர்கள் கிடையாது என்பது அறிவுபூர்வமான விளக்கம்தான். ஆனால், அதையும் தாண்டி அந்த சந்நிதானத்தை இனிமேலும் யாரும் பயன்படுத்த முடியாதளவுக்கு சாக்கடையாக்கிவிட்டு போகின்றமை ஒருவிதமான வன்முறை.

வெளிநாட்டில், நான் ஒரு துப்புரவுத் தொழிலாளியாகப் பணிபுரிந்த அனுபவம் உள்ளதால் சொல்கிறேன், இதில் இனம் - மதம் - மொழி என்ற வேறுபாடே கிடையாது. சுருக்கமாகச் சொல்லப்போனால், ஒரு பயலுக்கும் பொது இடமொன்றைப்

பயன்படுத்தும் கண்ணியம் தெரியாது. கட்டுப்பாடு கிடையாது. தங்களை யாரும் கண்காணிக்கிறார்கள் என்று தெரிந்துவிட்டால், தாங்கள்தான் உலகமகா கண்ணியவான்கள் போல கிலோ கணக்கில் நடிப்பை சொரிந்து கொட்டும் இவர்கள், நான்கு பக்கமும் மூடிய அறைக்குள் ஒரு காரியத்தை செய்யவிட்டால், தங்களது கண்றாவி பிடித்த சுய உருவத்தை கழற்றிக் கொட்டிவிட்டுத்தான் போவார்கள்.

'குந்த ஒரு இடம் வேண்டும்' என்று தங்கள் தாய்நாட்டை நினைத்து அழுது வடிக்கும் முக்கால்வாசிப் பேருக்கு, வெளிநாட்டில் குந்துவதற்கு இலவசமாக இடம் கொடுத்தும் ஒழுங்காகக் குந்தத் தெரியாவிட்டால் இவர்களையெல்லாம் என்ன செய்வது?

ஆக, இவ்வாறு அகால நேரத்தில் அந்தரத்தோடு பொதுக் கழிப்பறைக்குள் நுழைகின்ற 99 வீதமானவர்கள் அந்த இடத்தை துவம்ஸம் செய்து விட்டுத்தான் திரும்புகிறார்கள். தங்களுக்குப் பிறகு அந்த இடத்துக்கு இன்னொருவன் வரப்போகிறானே, அவன் அந்த இடத்தைப் பயன்படுத்தவேண்டுமே என்ற எந்த வழிப்புணர்வும் இப்படிப்பட்டவர்களுக்கு கிடையாது. தாங்கள், அந்த இடத்துக்கு மீண்டும் வரப்போவதில்லை என்ற திருப்தி மாத்திரம் இவர்களுக்கு போதுமாகிவிடுகிறது. அதற்கு அப்பால், தாங்கள் நடத்திவிட்டுப் போகின்ற இந்தத் தாக்குதலுக்கு சந்தேகத்தின் பேரில்கூட யாரும் தங்களைப் பார்த்து கைநீட்டப் போவதில்லை என்பது இவர்களுக்கிருக்கின்ற கூடுதல் மகிழ்ச்சி.

பொதுக்கழிப்பறைகளுக்கு விஜயம் செய்வது தொடர்பில் எனக்கு கூடுதல் பொறுமையும் உச்சக்கட்ட தயார்படுத்தல்களும் தேவை என்பதால் எப்போதும் அவற்றைத் தவிர்க்கும் பொருட்டு, இயன்றளவுக்கு வீட்டுக்கு ஓடி வந்துவிடுவதை வழக்கமாக கொண்டுள்ள நான், நேற்றைய தினம் மிகப்பயங்கரமான சீதோஷ்ண நிலைக்குள் தள்ளப்பட்டேன்.

Shopping complex ஒன்றின் உயர் ரக - பளிங்கு பதித்த - பொதுக் கழிப்பறை ஒன்றில் எனக்கு முன்பு யாரோ ஒரு சுத்தமான புண்ணியவான் பயன்படுத்திய கழிப்பறையில் நுழைந்து எனது பணியை நிறைவேற்றிக் கொண்டிருந்தேன். சம நேரத்தில் - அங்குபோய் குந்தியிருந்தவாறே - முதலமைச்சர் விக்னேஸ்வரன் கூட்டமைப்பிலிருந்து நிச்சயம் வெளியேறவேண்டும் என்ற கட்டுரையொன்றையும் படித்துவிட்டு, முகநூலில், லைக் போடாத தோழர்களின் பதிவுகளைத் தேடிப்பிடித்து லைக் பட்டன்களை குத்திக்கொண்டிருந்தேன். பக்கத்துக்கு அறையிலிருந்தவருக்கு

அந்த லைக் பட்டன்களை குத்தும் சத்தம் வேறு மாதிரி கேட்டதோ என்னவோ, சிறிது நேரத்தில் எழுந்து சென்றுவிட்டார்.

அடுத்ததாக, அந்த அறைக்குள் வருவதற்கு சிறுவன் ஒருவன் வெளியே கலவரப்பட்டுக்கொண்டிருக்கும் சத்தம் கேட்டது. அவன் தகப்பனோடு வந்தவன், தகப்பனையும் கழிப்பறைக்குள் வந்து தனக்கு உதவியாக நிற்கும்படி கேட்டான். தகப்பனோ, அவனிடம் தனியாகச் சென்று காரியத்தை முடிக்கும்படி திரும்ப திரும்ப கூறினார். அவன் விடுவதாக இல்லை. இருவருக்கும் இடையில், சில நிமிடங்களாக இழுபறி தொடர்ந்தது. கடைசியில் - இயலாமல் - தகப்பன் அவனோடு கழிப்பறைக்குள் வந்து அவனது உடைகளை சரிசெய்து அவன் கழிவகற்ற உதவி செய்தார்.

அவன் உள்ளே நின்றுகொண்டிருந்த தகப்பனுக்கு பேச்சுக் கொடுக்க தொடங்கினான். தொடர்ந்து சம்பந்தமில்லாத கேள்விகளால் துளைத்துக்கொண்டேயிருந்தான். தகப்பனோ, அவனை எப்படி வெளியில் அழைத்துச் செல்வது என்பதில் உச்ச பொறுமையை கடைப்பிடித்துக்கொண்டிருந்தார்.

கடைசியில் அவர்களது சம்பாஷணை ஓரிடத்தில் இப்படி தொடங்கியது.

'அப்பா'

'என்னடா'

'நீங்கள் இதுக்கு முதலிருந்த எங்கட அம்மாவோட எவ்வளவு காலம் இருந்தனீங்கள்?'

'பத்து வருஷம். தயவுசெய்து கெதியா முடிக்கிறியா...'

'இப்ப இருக்கிறவவோட எவ்வளவு காலம் இருக்கிறீங்கள்?'

'மூண்டு வருஷம். நீ எவ்வளவு நேரமா இப்ப இருந்து கொண்டிருக்கிறாய்...'

'சும்மா. கேட்டனான், ஏனப்பா கோவப்படுறீங்கள்...'

'நீ இப்ப இருக்கிறது பொதுக்கழிப்பறை. பக்கத்தில கண்ட நாயும் நாங்கள் கதைக்கிறத கேட்டுக்கொண்டிருக்கும்.'

(ஏப்ரல், 25 - 2018)

ரயில் 'ராஜாக்கள்'

களிம்பு வைத்து வாரிய முடியைக்கூட கொஞ்சம் அசைத்துப் பார்க்குமளவுக்கு அந்த ரயில் வந்து நின்ற வேகம் எடுப்பாக இருந்தது. பணியை முடித்துக்கொண்டு பொதுப் போக்குவரத்தின் வழியாக வீடு போய்ச் சேர்கின்ற பெருங் கூட்டமொன்று என்னையும் தள்ளிக்கொண்டு ரயிலுக்குள் பாய்வதற்குத் தயாராக நின்றிருந்தது. பாதி சொர்க்கமும் அந்த இரும்புக் குதிரைக்குள் தான் ஒளித்துவைக்கப்பட்டிருப்பதாக அந்த மொத்தக்கூட்டமும் கொண்டிருந்த நம்பிக்கை அவர்களின் கண்களில் தெரிந்தது. வேலைச்சோம்பல் - களைப்பு எதுவும் இந்த ரயிலுக்குள் சென்று இடம்பிடிப்பதில் மாத்திரம் செல்வாக்கு செலுத்திவிடக்கூடாது என்பதில் அவர்கள் அனைவரும் கவனமாக இருந்தார்கள்.

நேரம் சரியாகக் காட்டியது.

ரயில் ரணில்போல சிரித்துக்கொண்டு வந்து நிற்கவும் அதன் வேகம் பூச்சியத்தை அடைந்தது. 'சுமந்திர' வலுவோடு கதவுகள் திறந்துகொண்டன. அத்தனை துளைகள் வழியாகவும் பிதுக்கிய பேஸ்ட்டைப்போல அங்கு நின்றுகொண்டிருந்தவர்கள் அனைவரும் தங்களை அள்ளி அடைந்தார்கள். எந்தப் பாதையின் வழியாக உள்ளே வந்தேன் என்று தெரியாமல் நானும் ஏதோ ஒரு கதவின் வழியாக உள்ளே அடையப்பட்டு, சூரன் போர் பொம்மைபோல கொண்டுபோய் நிறுத்தப்பட்டிருந்தேன்.

இப்போது பெட்டியில் அடைக்கப்பட்டுள்ள எங்களின் அசைவுகளும் பூச்சியத்துக்கு வந்துவிட்டன. எனக்கும் முன்னால் நின்றுகொண்டிருந்த பெண்மணிக்கும் இடையிலான நெருக்கம் அந்த இடத்திலேயே நிஷ்டைக்கு போய்விடக்கூடிய கொடிய நாற்றமொன்றை உமிழ்ந்துகொண்டிருந்தது. 'விழியினில் மொழியினில் நடையினில் உடையினில் அதிசய சுகம் தரும் அணங்கிவள் பிறப்பிதுதான்' - என்றுவிட்டு SPB இளைப்பது போல அந்தப் பெண் உள்ளே ஓடிவந்த களைப்பில் மூச்சினை புஸ் புஸ்ஸென்று இரைத்துக்கொண்டிருந்தார். சம சுருதியில்

நெஞ்சும் ஏறி இறங்கிக்கொண்டிருந்தது. ஒரிரு பாகை சரிவில் திரும்புவதுகூட அந்தக் கூட்டத்தில் எவருக்கும் முடியாத காரிய மென்பதால் இந்தக் காட்சியை பார்க்கவேண்டியதும் அங்கு நிர்ப்பந்தமாகிவிட்டது.

அந்த இடத்தில் ஒரு குண்டுவெடித்தால் கூட எந்த அசைவு மில்லாமல் இறந்துவிடக்கூடிய நிலைதான் அனைவருக்கும். காலையில் போலியாக பொலிஷ் செய்து அணிந்து சென்ற அத்தனை உடைகளும் - எங்களைப்போலவே - அந்தக்கூட்டத்தில் - தங்களுக்குள் உரசி உரசிக் கசங்கிவிட்டன.

ரயில் புறப்பட்டுவிட்டதா இல்லையா என்பதுகூட தெரியாதளவுக்கு எங்களின் இருப்பு உறுதியாக்கப்பட்டிருந்த கணத்தில் சாதுவான ஒரு அசைவு உணரப்பட்டது.

அப்போதுதான், எனக்கு முன்னால் நின்றுகொண்டிருந்த அந்தப் பெண்மணி களைப்பு தீர்ந்து எப்படியோ தனது கையை கீழே கொண்டுபோயிருந்தார். அப்பொழுதே நாங்கள் எல்லோரும் உஷாராகி அவளை தடுத்திருக்கவேண்டும். தவறிவிட்டோம். சொடக்கு போடும் இடைவெளியில் தனது கைப்பேசியை எடுத்து காதில் பொருத்தினாள். அதுவரைக்கும், ரயில் அசையும் சத்தத்தை தவிர, வேறெந்த அரவத்தையும் கேட்டறியாத அந்த கூட்டத்தின் நடுவில், அந்த மண்டோதரி எந்தக் குற்ற உணர்வு மில்லாமல் உயர் சுருதியில் பேசத்தொடங்கினாள். அவளுடன் பேசுகின்ற அடுத்த முனையிலிருப்பவர் செவிப்புலன் குறைந்தவராக இருக்கக்கூடும் என்று அந்தப் பெட்டியில் நின்று கொண்டிருந்தவர்கள் அனைவரும் கொடுமையாக நம்பினோம். ஆனால், நாங்கள் மேற்கொண்டிருந்த அவள் தொடர்பான பரம்பரை ஆய்வுகள் எதுவும் அவளது ஒப்பனை கலையாத முகத்தில் மருந்துக்கும் எந்த மாற்றத்தை ஏற்படுத்தவில்லை.

பேசினாள் பேசினாள்... பேசிக்கொண்டேயிருக்கிறாள்.

அவள் கதைக்கும் மொழி ஹிந்தி என்பதாவது எனக்குப் புரிந்தது. ஆனால், எந்த மொழியில் அவள் புலம்புகிறாள் என்று கண்டுபிடித்து அந்த நாட்டுக்காரனை மனதுக்குள் திட்டுவதற்குக் கூட வழிதெரியாமல் அவளுக்கு பின்னால் நின்றுகொண்டிருந்த வெள்ளைமுடித் தாத்தா ஒருவர் கொட்டாவி விட்டவாறு தனது எதிர்ப்பினைக் காட்டிக்கொண்டிருந்தார்.

அவளோ விடவில்லை. யாரோ, எந்த அப்பாவியோ... அடுத்த முனையில் கதைத்துக்கொண்டிருப்பவரைக் கொலை வெறியில் திட்டித்தீர்த்துக்கொண்டிருந்தாள். இந்த உரையாடல்

பெரும் சண்டைக்கு உரியதுதான் என்று அவளது முகபாவனையை வைத்து நாங்கள் ஒரு முடிவுக்கு வரும் கணத்தில் திடீரென்று சிரிக்கத் தொடங்கி எங்களை கடுப்பேத்தினாள். பிறகு மீண்டும் திட்டத் தொடங்கினாள். அணுவும் அசைய மறுக்கும் அந்தக் கூட்டத்தில் ஏகாந்தமாக இரண்டு காதுகளுக்கும் கைப்பேசியை மாற்றி மாற்றி பேசினாள்.

ஆரோகணித்துக் கொண்டிருந்த அவளது அட்டகாசம் எவ்வளவு விகாரமானபோதும், ஆஸ்திரேலியா நிறவெறியில்லாத நாடு என்பதை உறுதிசெய்யவேண்டும் என்ற உச்சப்பொறுமை யுடன் சூழவும் நின்றுகொண்டிருந்த இரண்டாரு வெள்ளையர்கள் எந்த உணர்வுகளையும் வெளிக்காட்டிக்கொள்ளாமல் உறை நிலையில் கிடந்தார்கள்.

பதின்மூன்று சிறுவர்களையும் தாய்லாந்தில் மீட்டெடுத்த சுழியோடிகளை அழைத்துவந்து இவளை மாத்திரம் இந்த ரயிலில் இருந்து வெளியில் இழுத்துப்போக முடியாதா என்று நான் பல கோணங்களிலும் கேவலமாக சிந்தித்துக் கொண்டிருந்தேன். தாங்க முடியாமல், பொக்கெட்டில் கையைவிட்டு துலாவி 'நீலப்பல்' வழியாக பாடல் கேட்கலாமா என்று ஹெட் செற்றை தேடினேன். அதுதான் bluetooth. அநியாயத்துக்கு அப்போதென்று பார்த்து இமானின் பாட்டொன்று சீமானின் சத்தத்தில் குழறியது.

இப்போது அவளது குரல் முற்றாக நின்றுவிட, அவள் வாய் மாத்திரம் அட்ட கோணங்களிலும் அசைந்து கொண்டிருப்பது எனக்கு காணக்கிடைத்தது. பாடலை கேட்டுக் கொண்டு அவளைப் பார்க்கும்போது அவள் பேசுவது என்னை திட்டுவது போலவுமிருந்தது.

ஒவ்வொரு தரிப்பிடமாக ரயில் நின்றது. யார் யாரோ இறங்கினார்கள். யார் யாரோ ஏறினார்கள். இவள் மாத்திரம் எங்களுக்கென்று வாய்க்கப்பெற்ற ஏழரைச்சனி போல முன்னாலேயே நின்று பொங்கிச் சரித்துக்கொண்டிருந்தாள். பேசாமல் நான் இறங்க வேண்டிய இடத்துக்கு முன்னாலேயே ஏதாவது ஒரு தரிப்பில் பாய்ந்து இறங்கி ஓடிவிடலாமா என்று பார்த்தேன்.

அப்போதுதான் அந்த அதிர்ச்சி இடம்பெற்றது. அவளது குரல் ஓய்ந்தது. அலைபேசியை மடக்கிப் பையில் வைத்தாள். ரயிலும் அடுத்த தரிப்பிடத்தில் நின்றது.

'கடவுளுக்கு இதயமுள்ளதா தெரியவில்லை, நிச்சயம் காதுகள் உள்ளன' என்ற வைர வரிகளை இறங்கியவுடன்

பேஸ்புக் ஸ்டேட்டஸாக போடவேண்டும் என்று மெல்ல கண்களை மூடி நினைத்துக்கொண்டேன்.

ஆனால், கண்ணிமைக்கும் நேரத்தில் கடவுள் கவுண்டர் கொடுத்தார்.

மின்சாரக்கதவுகள் திறக்க, தலையில் முண்டாசு கட்டியயடி ஒருவன் சுப்பிரமணிய பாரதியார்போல அந்த தரிப்பிடத்திலிருந்து எங்கள் பெட்டிக்குள்ளே ஏறினான். அதற்குப்பிறகுதான் உள்ளே மண்டோதரிக்கும் மகாகவிக்கும் இடையிலான உன்னதமான சம்பாஷணையே தொடங்கியது. ஒன்றோடு மல்லுக்கட்டிக் கொண்டிருந்த எங்களுக்கு கடவுள் கண்டோஸ் போல இன்னொருத்தனையும் உள்ளே இறக்கி கும்மி எடுத்தார்.

காதுமடல்கள் எல்லாம் விண் விண்ணென்று வலித்தன. அப்படியொரு ரோதனை. காதுவழியாகப் போன சத்தம் கண்கள் வழியாகக் கண்ணீராக வராததுதான் குறை.

அடுத்த தரிப்பிடத்திலேயே பாய்ந்து இறங்கினேன். என்னுடன் சேர்ந்து இரண்டொரு வெள்ளைகளும் தெறித்தோடினார்கள். வேறு மார்க்கமே இல்லாத மிகுதி அப்பாவிகள் அந்தப் பெட்டியில் அப்படியே கிடக்க, அந்த ரயில், ரணில் போல நஞ்சுச் சிரிப்பொன்றை உதிர்த்தவாறு மெல்ல மெல்ல அசைந்து கொண்டு புறப்பட்டது.

எந்த மொழியிலும் கெட்ட வார்த்தைகளைக் கற்று வைத்திருப்பது உடல் சுகாதாரத்துக்கு நல்லது! மனதுக்குள் ஜெபித்துக்கொள்ளவேனும் உதவும்!

(ஜூலை, 7 - 2018)

ஸ்டிக்கர் பொட்டு

கிட்டத்தட்ட இரண்டு வாரங்களுக்கு மேலாகக் கொண்டாடப்பட்ட விடுமுறைத் திருவிழா இன்றோடு முடிவுக்கு வந்து வேலைக்கு திரும்பவேண்டிய நாள். விடுமுறையின் போதும் அவ்வப்போது பக்தியோடு வேலைக்கு போய்வந்த காரணத்தினால் எனக்கு இன்று அவ்வளவாக வித்தியாசம் தெரியவில்லை. ஆனால், பல நாட்களுக்கு பிறகு அலாரச்சத்தம் கேட்டு எழுந்தோடி வந்தவர்கள் தான் இன்று ஏராளம். ரயில் மேடை நிறைந்திருந்தது. வீங்கிய விழிகளும் உறக்கம் வழியும் முகங்களும் அலாரச் சத்தத்தினால் இன்னமும் சிவந்துகிடக்கும் செவிகளும் என்று பலரைப் பார்க்கும்போது பரிதாபமாகக் கிடந்தது.

வெளிநாடு ஒரு மனிதனை அவனது சுயத்திலிருந்து உரித்தெடுத்து எவ்வளவு லாவகமாக சங்கிலியில் போட்டுத் தனது காலடியில் அடிமையாக வைத்திருக்கிறது என்பதை எனக்கு முன்னால் நின்றுகொண்டிருந்தவரின் கட்டப்படாத சப்பாத்து இழைகள் பதிலாகச் சொல்லிக்கொண்டிருந்தன.

ரயில் மேடையில் காலையில் வந்து நின்ற கொஞ்சப் பேருக்குத்தான் இன்று காலை ரயில் புறப்படும் நேரம்கூட ஞாபகம் இருந்தது. மிகுதி - கிட்டத்தட்ட முக்கால்வாசிப்பேர் - ரயில் புறப்படும் கடைசி செக்கனில்தான் ஓடோடி வந்து ரயிலில் ஏறிக்கொண்டார்கள். உள்ளே வந்தவர்கள் தங்களை இந்த ரயில் எங்கேயோ கடத்திக் கொண்டு போவதுபோல ஆளையாள் பார்த்து முறைத்துக் கொண்டே மூச்சிரைத்தார்கள். இருக்காதா பின்ன, இரண்டு வாரங்களுக்கு மேலாக அவர்கள் கட்டிலில் திரும்பி படுத்த நேரமல்லவா இது? இரண்டாம் மூன்றாம் சாமங்களையும் புசித்துப் புரையேறிய நினைவுகளோடு காலையில் தலையணைகளில் முகம் புதைத்துக் கிடந்த நேரமல்லவா இது? இன்று திடீரென்று இழுத்துக்கொண்டு வந்து 'வேலைக்கு போ' என்று ரயிலோடு கட்டிவிட்டால், பாவம் அவர்கள் என்னதான் செய்வார்கள்.

எனக்குப் பக்கத்தில் நின்றுகொண்டிருந்த ஒரு ஆசாமி, இரண்டு வாரமாகப் பார்த்து முடிக்காத தனது கனவின் கடைசிக்

காட்சிகளை இன்றுகாலையும் கண்டுகளித்துக்கொண்டிருந்தார். இடையிடையே கண்மூடிய நிலையிலும் சாதுவாக சிரித்தார். அவரை நான் பார்ப்பதை யாராவது பார்க்கிறார்களா என்று சுற்றுமுற்றும் பார்த்தபோது, அவசரத்தில் ஸ்டிக்கர் பொட்டை சொத்தியாக எடுத்து ஒட்டிக்கொண்டு வந்த ஒருத்தி என்னைப் பார்த்து கள்ளமாகச் சிரித்தாள். அவள் எனக்குப் பக்கத்தில் மிக நெருக்கமாக நின்றுகொண்டிருந்தாள்.

இவராவது பரவாயில்லை, தானுண்டு தன் கனவுண்டு என்று அப்துல் கலாமாட்டம் தன் வேலையைப் பார்த்துக் கொண்டிருக்கிறார். நான்கைந்து வரிசைகளுக்கு அப்பால் ஒரு ஆசாமி, தனது மெகா தொப்பையை இருக்கைகளுக்குள் தள்ளி ஜன்னல் பக்கமாகப் போய் இருந்து அந்தப் பெட்டியிலிருந்த அனைவரையும் தனது திறமையால் கட்டிப்போட்டிருந்தார். அந்த இசைக்கலைஞர் கிட்டத்தட்ட அரைமணிநேரத்துக்கு முன்பாகவே ரயிலில் ஏறியிருக்கக்கூடும் என்பதை அவரது அசாத்தியமான குறட்டை சத்தம் பரிசுத்தமாக ஒலித்துக் கொண்டிருந்தது. அவரது குறட்டையில் எந்தவிதமான பிசுறும் இல்லை. அறுந்து அறுந்து வந்து விழுகின்ற அஜீரணங்களும் இல்லை. 'ஓம்' என்ற பிரணவ மந்திரம் ஒலிப்பது போன்ற நீண்ட மூச்சொலியில், அவரது ஒட்டுமொத்த ஏக்கமும் ஏகாந்தப் பெருங்காற்றாக வந்து விழுந்துகொண்டிருந்தது. ஆரோகண - அவரோகணங்கள் நேர்த்தியாக இருந்தன.

அதுமாத்திரமல்லாமல் அவர் ரயில் கண்ணாடியின் உட்பக்கமாக தனது ஹன்சிகா கன்னத்தை சமாந்தரமாக ஒட்டவைத்துக் கொண்டு ரயிலின் குலுக்கலுக்கு இணையாக இயங்கிக்கொண்டும் இருந்தார். கூடவே, தனது வாய் நீரினால் அந்தக் கண்ணாடியில் அழகான சித்திரங்களையும் வரைவதற்கான முயற்சியில் ஈடுபட்டுக்கொண்டிருந்தார். அளவு கணக்கில்லாமல் வழிந்து கொண்டிருந்த வாய்நீர் சில வேளை, ரயில் கண்ணாடிக்கும் அவரது கன்னத்துக்கும் இடையிவ் அகப்பட்டுப் பெரும்பாடுபட்டு ஒருவழியாகக் கீழே வழிந்து கொண்டிருந்தது.

இப்போது நான் எதேட்சையாக திரும்பிப் பார்த்தபோது எனக்குப் பக்கத்தில் நின்றுகொண்டிருந்தவள் என்னைப் பார்த்துச் சிரித்தாள். ஆனால், என்ன ஆச்சரியம்! அந்த ஸ்டிக்கர் பொட்டு சரியாக நெற்றியின் நடுவில் ஒட்டப்பட்டிருந்தது. அவளே ஒட்டினாளா அல்லது நான் இங்கே இந்த வாய்நீர் வடித்துக் கொண்டிருக்கும் வானவராயனை பார்த்துக்கொண்டிருக்கும் சந்தர்ப்பத்தில் வேறு யாராவது ஒருவன் எடுத்து ஒட்டிவிட்டுப் போனானா தெரியவில்லை.

இவற்றைவிட இன்னொரு காட்சியும் இன்றைய ஹைலைட்!

வழக்கமாக நான் ஏறுகின்ற அதே இடத்திலிருந்து ஏறுகின்ற இளம் ஜோடியொன்று ரயிலுக்குள்ளேயும் கட்டியணைத்தபடி நின்றுகொண்டிருப்பார்கள். ஆளையாள் அருந்திக் கொண்டிருப்பார்கள். இறங்கும்போது பார்த்தால் இருவரது ஆடைகளும் மடிப்புக் கலையாமலிருக்கும். அவ்வளவுக்கு, வரம்பு மீறாமல் தங்கள் நரம்புகளைக் கட்டுப்பாட்டுக்குள் வைத்திருக்கும் நாகரிகம் தெரிந்தவர்கள். ஆனால், இன்று பார்த்த காட்சி எனக்கு 'பகீர்' என்றிருந்தது. நான் ஏறிய இடத்திலிருந்து அண்ணன் தனியாக ஏறினார். மூன்றாவது தரிப்பிலிருந்து அக்கா ஏறினாள். இதில் என்ன ஆச்சரியம் என்று நீங்கள் கேட்கலாம். அவள் இப்போது இன்னொரு ஆசாமியோடு ஏறி மடிப்புக்கலையாமல் அவனை அணைத்துக் கொண்டு நின்றாள். என்னோடு தனியாக ஏறியவரை அப்போது தான் திரும்பிப்பார்த்தேன். நன்றாகவே கசங்கிப்போயிருந்தார்.

அந்த ரயில் எனக்கு ஒவ்வொரு நாளும் ஒரு நாவல் போலவே புதுப்புது கதாபாத்திரங்களோடு புதிய உரையாடல்களை உள்ளும் புறமுமாகப் பேசிக்கொண்டு நகர்ந்து செல்வதுபோலவே இருக்கும். இன்று அது சற்றுத் தூக்கலாகவே இருந்தது.

நன்றாக ரசித்துக்கொண்டு வேலைக்கு போய் எனது பேனாவை மேற்சட்டையிலிருந்து எடுக்கும்போதுதான் பார்த்தேன்.

வலப்பக்கத்தில் ஒரு ஸ்டிக்கர்பொட்டு ஒட்டிக்கொண்டிருந்தது.

(08/01/2019)

செல்பி சூழ் உலகு

வெளிநாடுகளில் குழந்தைகளை வளர்த்து ஆளாக்குவ தென்பது இப்போதெல்லாம் பெண்களுக்கு கைவந்த கலையாக மாறிவிட்டது.. வெளிநாட்டுச் சூழலும் இங்கு இருக்கக்கூடிய சவால்களும் ஆரம்பத்தில் கடினமாக இருந்தாலும், இப்போ தெல்லாம் அவர்கள் தங்களது முந்தைய அனுபவங்களிலிருந்து ஓரளவுக்குத் தங்களைப் பயிற்றுவித்துக்கொள்கிறார்கள்.

அதேவேளை, தாங்களாகவே சென்று குடும்பத்துக்குத் தேவையான பியர் மற்றும் வைன் வகைகளை வாங்கிவரக் கூடியளவுக்கு 'Bar அடி' கண்ட புதுமைப் பெண்களாகவும் மாறிவிட்டார்கள்.

ஆனால், இந்தப் பெண்களுக்கு இன்றுவரைக்கும் மிகக் கடினமான விடயமாக காணப்படுவது, அவர்களது கணவனை வளர்ப்பதுதான்.

தங்களுக்கு ஏற்றவாறு வளைந்து நெளிந்து குழைந்து நிற்கக்கூடிய ஒரு கணவரை வளர்த்தெடுப்பதில் அவர்கள தினம் தினம் சிக்கிச் சீரழிந்துகொண்டிருக்கிறார்கள். இது ஒருவகையில் அவர்கள் தொடர்ச்சியாக முகங்கொடுத்து வருகின்ற சமூகப் பிரச்சினை என்றுதான் சொல்லவேண்டும்.

வார விடுமுறைகளில் சமூக வலைத்தளங்களில் சற்று மேய்ந்து பார்த்தாலே இந்த ஒட்டுமொத்த பிரச்சினையின் சிறு துகளை அறிந்து கொள்ளலாம்.

தங்கள் கணவரோடு நின்று ஒரு செல்பி எடுத்து முகநூலில் போட்டு, தங்களது குடும்ப ஒற்றுமையை பறைசாற்றுவதற்கு இந்தப் பெண்கள் படுகின்ற பாடு மிகுந்த அவலம் நிறைந்தது. இவர்களது திருமணத்துக்கு தாலி எடுத்துக்கொடுத்த ஐயர் பார்த்தால் அவரே குலுங்கி குலுங்கி அழுவார். அவ்வளவு வேதனை மிகுந்த காட்சிகள்.

வாரம் முழுவதும் வேலைசெய்து - சிலவேளைகளில் வார விடுமுறை நாட்களிலும் வேலைசெய்துவிட்டு - சிவனே என்று 'சியர்ஸ்' சொல்வதற்காக முனகிக்கொண்டு திரியும்

இந்த கணவன்மாரைப் பிடித்துக்கொண்டுவந்து, ஏதாவது ஒரு களியாட்ட நிகழ்வில் தங்களோடு நிறுத்திவைத்துக்கொள்கிறார்கள் இந்தப் பெண்கள். அந்த விழாக்களுக்குப் போவதற்கு முன்னர் ஒரு செல்பியை எடுத்து முகநூலில் பகிர்ந்துகொள்வது என்பது, இப்போதெல்லாம் கொழும்புக்கு போற வாகனம் முருகண்டியில் தேங்காய் உடைப்பது போன்ற சம்பிரதாயமாகிவிட்டது. அதற்காக, இந்தக் கணவன்மார் வீட்டுக்கு வெளியில் இழுத்துவரப்பட்டு, ஏதாவது ஒரு குறோட்டன் குழைக்கு பக்கத்தில் நிறுத்தி வைக்கப்பட்டு குடும்ப ஒற்றுமையைப் பறைசாற்றும் வாராந்த அறிவிப்புக்காக செல்பிக்கடாக்கள் ஆக்கப்படுகிறார்கள்.

அந்தப் படங்களைப் பார்த்தால் தெரியும் அந்த கண்ணாளன்களின் மறுபக்கத் துயரம். மனுசியின் தோளைப் பிடிப்பதா தனது தொப்பையை மறைப்பதா என்ற தடுமாற்றங்களுக்கு அப்பால், ஆறேழு நாள் வேலை செய்த அலுப்பு அவர்களின் கண்களில் வழியும். குடும்பத்தின் ஒட்டுமொத்தக் கடன்களும் காதடி நரைமுடியில் சாதுவாக எட்டிப்பார்க்கும். அந்தப் படமெடுப்பதற்கு முன்னர் முன்வைக்கப்பட்ட அவசரக் கட்டளைகளுக்கு அஞ்சி ஈரப்படுத்திக்கொண்ட, உதடுகள் எத்தனையோ சோகங்களை சொல்ல எத்தனித்தபடி மூடியே இருக்கும்.

ஆனால், ஒரு படத்துக்குக்கூட ஒழுங்காக நிற்கத்தெரியாத இப்படிப்பட்ட கணவன்மாரைக் கட்டி மாரடிக்கும் அப்பாவிப் பெண்களுக்கு அந்த செல்பியில் கொஞ்சம் அதிகமாகிவிட்ட மஸ்காராவினால் சாதுவாக சேதாரம் விழுந்துவிட்ட தங்களது எழில் பற்றித்தான் அதிகம் சோகமிருக்கும். அதுவும் அந்த செல்பியில் நன்றாகத் தெரியும்.

(ஆகஸ்ட், 14 - 2019)

மிக்ஸர் மான்மியம்

மேக் அப் போட்ட மெல்பேர்ன் வானம் சில நாட்களாகவே பதுங்கிக்கிடக்கிறது. கடும் மழையும் கொடுங்குளிரும் எல்லோரையும் தேடித்தேடி அடித்துக் கொண்டிருக்கிறது. பெருந்தெருக்கள் எங்கும் வாகனங்கள் சப்பாணிகட்டி இருந்துவிடுகின்றன. நெரிசல்கள் தாங்க முடியவில்லை. மெல்பேர்ன் நகர் நடைபாதை களெங்கும் குடைபிடித்தவர்களின் கும்மாளம் வேறு.

எனது நாட்டின் தேசிய உணவொன்றைக் கொண்டுவருமாறு அலுவலகத்தோழி தனது ஐஸ்கிறீம் குரலால் கடந்தவாரம் சிணுங்கியிருந்தாள். இந்தக் காலநிலைக் கெடுபிடிகள் இல்லா விட்டால் ‘ஜூலை கூழை’ காய்ச்சி அவள் வாயில் ஜூஸ் போல நானே வார்த்துவிட்டிருப்பேன். ஆனால், அரியண்டம் பிடித்த மழை எனது உற்சாக மனநிலையை உறைய வைத்துவிட்டது.

எதைக் கொடுத்து பாரம்பரியத்தைக் காப்பாற்றுவது என்று தெரியாமல், போகும்போது ஒரு மிக்ஸர் பையைத் தூக்கி அலுவலகப் பையில் போட்டிருந்தேன். அது சாதாரண மிக்ஸர் பையில்லை என்பது எனக்கும் மெல்பேர்ன் விமானநிலைய அதிகாரிகள் சிலருக்கும் மட்டும்தான் தெரியும். ஏனெனில், ஊரிலிருந்து ‘பலகாரப்பெட்டி ஒன்றை கூரியரில் போட்டு அனுப்பியே தீருவோம்’ என்று அப்பாவும் அம்மாவும் இரண்டு கால்களில் நின்று - அதாவது இருவரும் தலா ஒரு காலில் நின்று - அனுப்பிய பெட்டியிலிருந்து கிடைக்கப்பெற்ற சிறப்புணவுகளில் ஒன்று இந்த மிக்ஸர். புன்னாலைக்கட்டுவனுக்குப் போய் மிக்ஸரை கண்டுபிடித்த மூதாதையர் ஒருவரிடம் ஷ்பெஷலாக வாங்கி அனுப்பியதாக - யாழ்ப்பாணத்திலிருந்து பொதி செய்து அனுப்புவதற்குமுதல் - அப்பா சொல்லியிருந்தார். கூடவே, சீனி அரியாரம், பயத்தம் பணியாரம், மை லேடி டொபி, வடகம் என்று ஒரு கடகம் நிறைந்த சத்துணவுகள் வந்து சேர்ந்திருந்தன. இந்தப் பெட்டியை விமானநிலையத்தில் ஸ்கான் செய்தவனுக்கு நிச்சயம் ஆப்கானிஸ்தானில் கண்ணிவெடி அகற்றிய அனுபவம் இருந்தாலே ஒழிய, அம்மா வடகத்துக்குள் நாசூக்காகச் செருகி அனுப்பிவிட்ட மோர் மிளகாயை எல்லாம் பிடிக்கவேமுடியாது.

அவற்றிலிருந்து வடித்தெடுத்த இந்த மிக்ஸரை எமது பாரம்பரிய உணவாக அலுவலகத்தில் பிரகடனப் படுத்திவிடலாம் என்ற கிரிமினல் யோசனையோடு அதைக்கொண்டு போயிருந்தேன்.

அவள் ஆஸ்திரேலியாவில் பிறந்தவள். பூர்வீகம் ஸ்கொட்லாந்து. பெற்றோருக்கு கடைசிப்பிள்ளை. தனது தந்தை சிரமம் பாராது 53 வயதில் பெற்றெடுத்த குழந்தைதான் என்று ஒருமுறை கூறி சிரித்தாள். சிக்கல் இல்லாத இருண்ட கேசம். பக்கத்தில் ஷெல் விழுந்தாலும் அஞ்சாத நிமிர்ந்த நடை. பருவங்கள் விளைந்து புருவங்கள் வளைந்து எழிலி அத்தனை கணிதங்களும் கச்சிதமாகப் பொருந்திவிடக்கூடிய அழகி. ஏற்கெனவே கடவுள்களைப் படைத்து இந்த உலகம் ஏமாந்துகிடப்பதால் நான் கொஞ்சம் யோசிக்கிறேன். அல்லது மெல்பேர்ன் நகரத்தில் இல்லாவிட்டாலும் புறநகர் பகுதியிலாவது கோவில் கட்டி பூசை செய்திருப்பேன், அவ்வளவு அழகு அவள்.

மிக்ஸர் பக்கட்டை கொடுத்த மாத்திரத்திலேயே அவளது தேக்கரண்டி விழிகள் மேசைக் கரண்டியாக அகன்று சிரித்தன. துலா இறங்கியதுபோல தாடை தனியாக தாழ்ந்து அதிர்ந்தாள். எல்லா பக்கட்டையும் ஒரே மாதிரித்தான் பிரிப்பது என்றாலும் இந்த மிக்ஸர் பக்கெட்டை பிரிப்பதற்கு மேலதிக மரியாதை தேவைப்படுவதுபோல இரண்டு கைகளாலும் தூக்கிவைத்து குழந்தைபோல பார்த்தாள். பிறகு பிரித்து உண்பதாகக் கூறிக் கொண்டு ஓடினாள்.

வேலை முடிந்து எல்லோரும் போனபிறகும், இரவு வேலைக்கான சில கோப்புக்களை சரிசெய்யவேண்டியிருந்தது. வேலைத்தளம் முழுவதுமே அமைதியாக இருந்தது. எனது மனேஜர் இன்னொரு மூலையில் பிஸியாகவிருந்தார். அப்போது எங்கிருந்தோ துள்ளிக்கொண்டு அவள் வந்தாள்.

'நீ இன்னும் போகவில்லையா?'

'இல்லை வீட்டுக்குப் போனால், தோழிகளோடு பகிரவேண்டும். அதுதான், இதை சாப்பிடுவதற்காகவே பிந்திப்போகலாம் என்று காலையிலேயே முடிவெடுத்துவிட்டேன்' என்று கூறிக்கொண்டு மிக்ஸரை எடுத்துப் பிரித்து சிறு குவளையில் கொட்டினாள். மிகுதியைப் பத்திரமாக மூடிவைத்தாள்.

அவள் அதனை உண்ணும் அழகைப் பார்ப்பதற்காக கடைக் கண்களை சரிசெய்து கொண்டு நான் தயாராக நின்றேன்.

புளுட்டோவை உமிவதுபோல மெதுவாக....மிக மெதுவாக மிக்ஸருக்கு பற்களால் ஒத்தடம் கொடுத்துக்கொண்டே ஆரம்பித்தாள். சில செக்கன்களிலேயே புன்னாலைக்கட்டுவன் மனுசியின் திறமை விளங்கியவளாக பலமாக கடிக்கத் தொடங்கினாள். கொஞ்ச நேரத்தில் சுவையும் பிடிபட்டிருக்க வேண்டும். வேகமாக கடித்து அரைக்கத் தொடங்கினாள். தாவாரத் தண்ணி விழுந்தது போல - மூடிக்கிடந்த அவள் வாய்க்குள் - அகோர சத்தங்கள் எல்லாம் கேட்டன. அவ்வப்போது கண்களை மூடி மூடித் திறந்தாள். என்னைத் திரும்பியே பார்க்காமல் மில் மெஷின் போல அரைத்துத் தள்ளினாள். மிக்ஸரை இவ்வளவு சத்தம்போட்டு சாப்பிட்ட எவரையும் நான் வாழ்நாளில் கண்டதில்லை. அவளுக்கோ அதைப்பற்றி எந்தக் கவலையும் இல்லை. மிக்ஸருக்கு தொடர்ந்தும் சிக்ஸர் அடித்துக் கொண்டிருந்தாள்.

சத்தம் பலமாகக் கேட்டதை உணர்ந்த மனேஜர் ஒருவித அசம்பாவித உணர்வோடு என்னைப் பார்த்தார். நான் கணனியைப் பார்த்தேன். அவளோ ஓய்வதாக இல்லை. தேசிய உணவென்று கூறியதால் முழுதையும் முடித்துவிட்டு எழுந்து நின்று “சல்யூட்” அடிக்கப் போறாளோ?

அலுவலம் முடிந்து வீட்டுக்கு வரும்போது நண்பன் அழைத்தான். வழக்கம்போல பிக்-பாஸ் கதையைத் தொடங்கி லோஸ்லியா புராணத்தை பாடினான். வனிதாவை பொரிந்து தள்ளினான். ‘அவளொரு ராட்சசி’ என்றான். ‘அவளும் அவளிண்ட வாயும்’ என்றான். ‘லொஸ்லியாவை பார்த்தியா மச்சான். நாலா பக்கமும் நல்ல வடிவடா’ என்றான்.

‘மச்சான், அப்பிடி சொல்லதையடா, எந்தப் பொம்பிளையும் மிக்ஸர் சாப்பிடுவதைப் பார்க்காமல் ஒரு முடிவுக்கு வரக்கூடாதடா’ என்று பரிவோடு கேட்டுக்கொண்டேன்.

(ஜூலை, 18 - 2019)

வட்ஸ் அப் வசந்தங்கள்

எவ்வளவு துயரங்கள் சூழ்ந்து கொண்டாலும் அதற்கு அப்பாலும் எமக்கொரு வாழ்க்கையுண்டு என்ற புரிதல் ஏற்படுவதற்கு வாழ்க்கையில் எங்களுக்கு விழுகின்ற அடிகள் மாத்திரம் நல்ல பாடங்களைக் கற்றுத்தருவதில்லை. நான்கைந்து வட்ஸ் அப் குழுக்களில் அங்கம் வகித்துப்பாருங்கள். அவைகூட வாழ்வின் மிகப்பெரிய பொறுமைக்கான அத்திபாரங்களை எல்லாம் இலவசமாக போட்டுத்தந்து விடுகின்றன.

பல்வேறு வட்ஸ் அப் குழுக்களில் அங்கத்துவம் வகிப்பதென்பது அன்றாட வாழ்வில் அணு அணுவாக அமரத்துவம் அடைவதற்குச் சமம். வாழ்வின் நெளிவுசுழிவு மட்டுமல்லாமல் பல்வேறு கழிவுகளையும்கூட காட்டித்தந்துவிடுகிறது. எந்தத் தொந்தரவும் இல்லாமல் - அதாவது குழுக்களில் இணைத்து விடப்படாது கற்போடு ஒரு "வட்ஸ் அப்" தொடர்பிலக்கத்தை பேணுவதென்பது - இப்போதெல்லாம் விஜய் சேதுபதியிடம் 'கால்ஷீட்' வாங்குவது போன்றது. குழுக்களில் சேர்ந்துவிடாமல் எவ்வளவுதான் தனியனாக நடைபோடுவதற்கு முயற்சி செய்தாலும் சனியன் போல எங்காவதிருக்கும் எங்கள் உடன்பிறப்பொன்று தான் தொடங்கிய வட்ஸ் குழுவிலேயோ அல்லது தான் தொங்கிக் கொண்டிருக்கும் இன்னொரு வட்ஸ் குழுவிலேயோ சன்னதமாக எங்களைக் கொண்டுபோய் கொழுவி விடுகிறான். எமக்கு சம்பந்தமே இல்லாத இந்தக் குழுக்களில் சேர்த்து விடும்போது அங்கு யாரையும் தெரியாமல் இருந்து கொண்டிருப்பதும் அவர்கள் உரையாடுவது எதுவும் புரியாமல் முழிப்பதும் நீச்சல் தடாகத்திற்குள் ஜட்டி யில்லாமல் நிற்பது போன்ற அசௌகரியத்தை ஏற்படுத்திவிடுகிறது. அங்கிருந்து விலகி வருவதும்கூட, அதேயளவு அந்தரமாகி யிருக்கிறது.

ஆனால், வட்ஸ் அப் குழுக்களில் இருக்கின்ற இதுபோன்ற அவநம்பிக்கைகள் அனைத்தும் நேற்றிரவு நீங்கிப்போயின. செய்திகள் - சஞ்சிகைகள் தவிர, விடுப்புக்காகவும் இந்த வட்ஸ் அப் உதவும் என்ற ஞானம் கிடைக்கப்பெற்றது நேற்றுத்தான்.

எனது உயர்நிலை வகுப்புத் தோழிகள் அங்கம் வகிக்கும் அற்புதமான குழுவொன்றில் தோழி ஒருவர் நேற்றிரவு என்னைச் சேர்ந்துவிட்டிருந்தார். இவ்வளவு காலமும் பலாத்காரமாக நுழைத்துவிடப்பட்ட - சாம்பிராணி வாசம் வீசும் கோயில் படங்கள் பகிரப்பட்ட - குழுக்களைப்போல அல்லாமல் - மூத்திரம் பெய்வதற்கு கூட சமூத்திரகனியின் ஆலோசனைகளை சொல்லித் தந்த சன்மார்க்க வட்ஸ் அப் குழுக்கள் போல் அல்லாமல் - 'தமிழன் என்றால் பகிரடா' என்று அதிகாலையிலேயே படுக்கை யினால் புரட்டி விடுகிற புரட்சிகர நெம்புகோல்கள் நிறைந்த வாட்ஸ் அப் குழுக்கள்போல் அல்லாமல் - குழுவில் சேர்ந்த மாத்திரத்திலேயே 'தெய்வீ... தெய்வீ..' என்று தோழிகள் கூக்குர லிட்டார்கள். 'தெய்வீ' என்றெழுதிய அவர்களின் பெயர்களைப் பார்த்தவுடனேயே அவர்கள் எப்படி அழைத்திருப்பார்கள் என்ற பழைய உதட்டசைவைக்கூட கணித்துக் கொள்ளக்கூடியதாக இருந்தது. அதில் ஒருத்தி ஆர்வக் கோளாறில் 'தேவி...' என்றுகூட அழைத்தாள்.

இதயங்களைக் குழு வீதியில் அள்ளிக்கொட்டினார்கள். யார் யார் இருக்கிறார்கள், அவர்களில் கொட்டியவர்கள் யார் என்று ஒவ்வொன்றாக நூல் வைத்துப் பார்த்தேன். ஒருத்தி ஒன்லைனில் நிற்கிறாள். இதயத்தை மாத்திரம் கொட்டுவதாக இல்லை. முன்புபோலவே வெட்கப்படுகிறாளாக்கும் - என்று கொஞ்ச நேரம் பார்த்துக்கொண்டிருந்தேன். நான் நினைத்ததுபோலவே சிறிது நேரத்தில், 'ஈ...' என்று இளித்தபடி ஒரு இமோஜியை அனுப்பினாள். யாராவது எனக்குத் தெரிந்த வில்லன்கள் அல்லது இவள்களின் புருஷன்மார் தண்ணீரில் முதலைபோல கிடக்கிறார்களா என்று உற்றுப்பார்த்தேன். கடவுள் இருக்கிறார். அவர்கள் இல்லை.

இதயங்கள் கொட்டித்தீர்ந்த ஒரு இடைவேளையில் -

'அப்புறம் குடும்பம் குட்டியளா இருக்கிறீங்களா இல்லை இன்னமும் என்னத்தான் நினைச்சுக்கொண்டிருக்கிறீங்களா? இதில யாருடைய பிள்ளைக்கு தெய்வீகன் என்று பெயர்? வெட்கப்படாமச் சொல்லுங்கடி' என்று மிகவும் அடக்கமாகதொரு கேள்வியை முன்வைத்தேன்.

நீண்ட மௌனம்!

ஒருத்தி வெளிப்படையாகவே வந்து 'நான் அந்தப் பெயரை வைக்கலாம் என்று தானிருந்தன்டா. ஆனால், என் புருஷனோட தங்கச்சி தன்னோட பிள்ளைக்கு வச்சிட்டாள். அதனால தவறிப் போச்சுது' என்றாள்.

'அவள் யாரு' என்று கேட்டபோது, அவள் எங்களை விட மூன்று வயது குறைந்தவள் என்று ஊரில் அவர்களிருந்த முகவரியை ஆள்கூறு போட்டுக் கூறினாள். பெயரை வைப்பதற்குத் தகுதியானவள் தான் என்று உள்ளுக்குள் நினைத்துக்கொண்டேன்.

சம்பாஷணை நன்றாகவே போய்க்கொண்டிருந்தது. மானிப்பாயின் பொருளாதார அபிவிருத்தி - வீதி புனரமைப்பு விடயங்கள். மருதடிப் பிள்ளையாருக்கு இடம்பெற்ற அநீதிகள். நல்ல தண்ணிக் கிணத்தடி நிலவரங்கள், ஆனைக்கோட்டை வடைக்கடை போன்றவற்றை கதைத்தோம். ஊருக்கு வந்தால் தன் வீட்டுக்கு முதலில் வரவேண்டும் என்றும் தன் கையால் எனக்குப் பிடித்த இறால் வறுவல் செய்துதரவேண்டும் என்றும் ஒருத்தி உரிமையோடு அடம்பிடித்தாள்.

ஒருவாறு நனைந்து முடிந்து களைத்துப்போய் அவரவர் விடைபெற்றனர்.

நான் அவளுடைய எண்ணுக்குத் தனியாகச் சென்று கணவனின் தங்கையின் வட்ஸ் அப் இலக்கத்தை மாத்திரம் வாங்கிக்கொண்டு அமைதியாக விடைபெற்றுக் கொண்டேன்.

(ஜூன், 26 - 2019)

அவள் ஒரு எதேஇ

மூன்று நாட்களாக தேடிக்கொண்டிருந்த அவள் நேற்று அலுவலகத்தின் சாப்பாட்டு அறைக் குழாயில் பிடித்த குளிர்நீரைக் கண்கள் மூடியபடி பருகிக்கொண்டிருந்தாள்.

அவளது பெயர் என்னென்று தெரியாது. ஆனால், இப்படியான பெண்களுக்கு நாங்களே வைத்துக்கொள்ளும் பெயர்தான் பொருத்தமே தவிர, பெற்றவர்கள் வைத்த பெயரெல்லாம் அந்த அழகுக்கு பொருத்தமாக இராது. ஆக, அவளை பார்த்த மாத்திரத்திலேயே நினைவில் வழுக்கி விழுந்த 'எதேஇ' என்ற பெயரை வெளியில் கேட்காமல் மெதுவாக அழுத்திச் சொல்லிப் பார்த்துக்கொண்டேன். (இதற்கு என்ன அர்த்தம் என்று பிறகு தெரிந்துகொள்ளலாம்.)

இப்போது அவளுடன் நான் பேசியே ஆகவேண்டும்.

குளிர் நீர் எதேஇயின் தொண்டை வழியாகச் சீராக இறங்கிய படியிருந்தது.

எதேஇ அதிகம் களைத்திருக்கிறாள். ஆகவேதான், இந்த வேகத்தில் தண்ணீரை அவள் தேகம் ஏந்தியபடியிருந்தது. முகமும் கழுத்தும்கூட சிவந்திருந்தது. இல்லாவிட்டாலும் எதேஇ சிகப்பாகத்தானிருப்பாள் என்பதற்கு உடலின் ஏனைய பாகங்கள் 'இந்தா பிடி' என்று போதிய ஆதாரங்களை நீட்டியபடியிருந்தன. எதேஇயின் உதடுகளுக்குள் அகப்பட்டிருந்த - அந்தக் கொடுத்து வைத்த - குடுவை தண்ணீர் முடிந்த பின்னரும் அவளை விட்டுப் பிரியாது போலிருந்தது. அவளது உதடுகளை இறுகப்பற்றி தண்ணீரை பருக்கியபடி அநியாயத்துக்கு விசுவாசமாக வேலை செய்து கொண்டிருந்தது.

எதேஇயை சாப்பாட்டறையில் கண்டவுடன் பறந்தடித்து ஓடி வருவதற்கு முன்னரே அலுவலகத்தில் விசாரித்திருந்தேன். இவள் குரேஷிய நாட்டை சேர்ந்தவளாம். பிரம்மாவுக்கு ஏனிந்த ஓரவஞ்சனை என்று தெரியவில்லை. ஐரோப்பாவில்தான் இப்படியான படைப்புகளை அதிகம் நிகழ்த்தியிருக்கிறான்.

புட்டியில் கிடந்த சொலிக்கனத்தை வழித்து எடுத்து சைக்கிள் டியூப் ஒட்டியதுபோல குத்துமதிப்பாகத்தான் ஆஸ்திரேலியா பக்கம் புடைத்து எறிந்துவிட்டுப் போயிருக்கிறான் அழகிகளை.

குளிர்நீர் இன்னமும் கொஞ்சம் கொஞ்சமாக அவளுக்குள் இறங்கியபடியிருந்தது.

இருவரும் அருகருகே நின்றுகொண்டால் பேசுவது, சிரிப்பது போன்ற கருணை நிறைந்த காரியங்களைப் பகிர்ந்து கொள்வதற்கு எனக்கு அளவான உயரம். முடிக்கற்றையை இழுத்து ஒருபிடியாகப் பின்னால் கட்டியிருக்கிறாள். கூட்டமைப்புப்போல ஒற்றுமையாகவும் நெருக்கமாகவும் நின்றுகொண்டாலும் வியாழேந்திரன் போல ஒருசில முடிகள் பிடியிலிருந்து வெளியில் பாய்ந்து அவள் காதுக்கு அருகாக கழுத்தடியில் தவழ்ந்து கொண்டிருந்தன. அந்தக் கழுத்தில் நூல் போல மெல்லியதொரு சங்கிலியில் நாவல் பழம் போன்ற நிறத்தில் 'பென்டன்' அணிந்திருக்கிறாள். தண்ணீர் தொண்டை வழியாக உள்ளே சென்று கொண்டிருப்பதால், கிட்டத்தட்ட கழுத்தை இறுக்கிக்கொண்டிருந்த அந்த சிறிய சங்கிலியின் நாவல்பழ பென்டன் மெதுவாக அலைமேல் பந்து போல அசைந்தசைந்து கொண்டிருந்தது.

அவள் போட்டிருந்த டீசேர்ட்டில் எந்த பட்டன்களும் காணப்படாதது எனக்கு அப்போது முக்கியமானதொரு பிரச்சினையாக இருந்தது. ஏனெனில், பட்டன் இல்லாத அந்த இறுக்கமான டீசேர்ட்டை தலைவழியாகப் போடுவதற்கு அவள் நிச்சயமாக சிரமப்பட்டிருப்பாள். கழற்றுவதும்கூட பெரும் போராட்டமாக இருப்பதற்கே வாய்ப்புண்டு.

இந்த ஆராய்ச்சியை நான் செய்துகொண்டிருந்தபோது 'எதேஇ' தண்ணீரைக் குடித்து முடித்துவிட்டு குவளையைக் குழாயில் கழுவினாள். சற்று திரும்பியபோதுதான் நேராகப் பார்க்கக் கிடைத்தது. இவளை எனக்கு நிச்சயம் தெரியும்.

சில மாதங்களுக்கு முன்பு கண்டிருக்கிறேன். அன்று வெளியில் நல்ல மழை பெய்திருந்தது. தொப்பலாக நான் நனைந்தபடி ஓடிவந்து லிப்டுக்குள் ஏறியபோது, இவள் தனியாக அதற்குள் நின்றுகொண்டிருந்தாள். அப்போது இவளுக்கு பெயர் வைப்பதற் கெல்லாம் எனக்கு அவகாசம் கிடைக்கவில்லை. அதற்கு மழை ஒரு பிரச்சினையாக இருந்திருக்கிறது என்பது இப்போது புரிகிறது.

'மழைத்துளி என்ன தவம் தான் செய்ததோ மலர்கொண்ட மார்போடு தொட்டாடுதே' என்று என்னைப் பார்த்து பாடுவது

போல அவளது கண்கள் அந்த லிப்ட்டுக்குள் சில பதற்றங்களை செய்வதற்கு முயன்றுகொண்டிருந்தன. நான் உடனேயே எனது கையிலிருந்த லாப்டொப் பையை நெஞ்சுக்குக் குறுக்காக வைத்து இறுக்கிப் பிடித்துக்கொண்டு நான்காவது தளத்துக்கான நம்பரை அழுத்தியிருந்தேன். மழையில் நனைந்த - வயதுக்கு வந்த - ஒரு ஆண்மகன் மிகப்பாதுகாப்பாக வேலைக்கு சென்று சேர்ந்ததானது அன்றைய தினத்தில் மிகப்பெரிய சாதனையாக நிகழ்ந்து முடிந்திருந்தது.

அந்தப் பாதுகாப்பு பிரச்சினை இப்போது மீண்டும் நிகழ்ந்திருக்கிறது. நான் கட்டாயம் அவளுடன் பேச வேண்டியு மிருந்தது.

'எதேஇ...' - என்று அழைத்துப் பேசலாமா?

ச்சீ...அது எப்படி அவளுக்கு தெரியும்!

மூச்சை நன்றாக உள்ளே இழுத்துக்கொண்டேன்.

'Excuse me'

'Yes'

அரவம் கேட்ட அணில்குஞ்சு போல சுருக்கென்று திரும்பிக் கேட்டாள்.

'பிரிட்ஜூக்குள் நேற்று சாப்பிட்ட மிச்ச புரியாணி கொஞ்சம் வைத்துவிட்டுப்போனேன். இன்று வந்து பார்த்தபோது காணவில்லை. எடுத்து எறிந்துவிட்டீர்களா?'

'ஓம். ஒவ்வொரு மாதமும் மூன்றாவது புதன்கிழமை பிரிட்ஜ் சுத்தம் செய்யிறனாங்கள் என்பது உங்களுக்கு தெரியாதா? Sorry, its been thrown out.'

சொல்லிக்கொண்டே காற்றுறிஞ்சியினால் புழுதியைச் சுத்தம் செய்யும் அந்த இயந்திரத்தை புத்தகப்பை போல முதுகில் எடுத்துப் போட்டுக்கொண்டு பூச்சி மருந்தடிப்பதுபோல சாப்பாட்டு அறையின் வெளிப்பக்கமாக உள்ள தரையை சுத்தம் செய்துகொண்டு போனாள்.

அவளது பிருஷ்டத்தின் வலப்பக்கமாக இருந்த பொக்கெட்டினுள் அளவாக உள்ளே தள்ளி வைக்கப்பட்டிருந்த கைத்தொலை பேசியில் கொழுவியிருந்த குட்டி கங்காரு பொம்மை வெளியில் தொங்கியபடி என்னைப் பார்த்து சிரித்தது. அந்த கங்காரு அவளது பிருஷ்ட தாளத்துக்கு எற்றவாறு ஆடியபடியே என்னைப் பார்த்து மேலும் மேலும் சிரித்தது.

இப்போது எனக்கு ஒன்று மட்டும் மனதுக்கு நிறைவாக இருந்தது. கண்டவுடன் அவளுக்கு நான் வைத்துக்கொண்ட பெயரில் எந்த தவறும் இருப்பதாகத் தெரியவில்லை.

'எதேஇ'

இருந்தாலும் மனதுக்குள் கொஞ்சம் விரிவாக - மெதுவாக - அழுத்தமாக சொல்லிப்பார்த்துக்கொண்டேன்.

என்ன தேவதையடா இவள்…!

(22.03.2019)

அவள் ஒரு இடர்கதை

அவர் ஒரு கொடூரமான பெண்ணியவாதி. ஆண்வர்க்கத்தின் பிறப்பென்பது எந்த உயிரினத்துக்கும் சாபக்கேடானது என்ற கருத்துடையவர். தமிழ் சமூகத்தோடு அதிகம் தொடர்பில்லாத தமிழர். இருந்தாலும் என்னோடு மிகுந்த நட்புடையவர். பத்து வருடங்களுக்கு முன்னர் ஒரு பிறந்தநாள் நிகழ்வில் அபூர்வமாக சந்தித்து பிடித்துப்போனவர். இலக்கியக் கலந்துரையாடல்களின் வழி இன்னும் உறவைத் தொடர்பவர். அவரது வீட்டுக்கு இதுவரையில் பத்துப் பதினைந்து தடவை போயிருக்கிறேன். அங்கு அவரது (ஒரு) கணவர், நான்கு குழந்தைகள், மூன்று பூனைகள் உள்ளன.

முதல் தடவை அவருடைய வீட்டுக்குப் போகும்போது அவர் எனக்காக வாசலிலேயே நின்றுகொண்டிருந்தார். நான் போனவுடன் - ‘இங்க வந்து பாருங்கோ, யார் வந்திருக்கிறார் எண்டு’ என்று கதவின் உள்புறமாக பார்த்து யாரையோ அழைத்தார். அவரது கடைசிமகள் அல்லது மகன் ஓடிவந்து என்னில் அன்பாகத் தாவக்கூடும் அல்லது எனது உருவத்தைப் பார்த்து - சில வேளைகளில் - மிரளக்கூடும் என்று எதிர்பார்த்தேன். அவர் மூன்று தடவைகள் வெளியில் வருமாறு அழைத்த பின்னர், இறுதியாக ஒருவாறு உள்ளேயிருந்த - அவர் அழைத்த - அந்தக் கொழுத்த பூனை வெளியே வந்தது. அது அவரது முழந்தாள் வரையிலான உயரத்திலும் நான் அணிந்து சென்ற மண்ணிறக் காலுறையின் நிறத்திலுமிருந்தது. அது தனது எஜமானியுடன் நெருக்கம் என்று எனக்கு காண்பிக்கும் பொருட்டு அவர் மீது தாவி ஏறிக் கொண்டது. அவரது கைகளுக்குள் பதுங்கியவாறு என்னையே பார்த்துக் கொண்டிருந்தது.

அதன்பிறகு வீட்டின் உள்ளே சென்றபோது, அவர் வளர்க்கும் அவரது கணவரைக் கண்டேன். அவர் அந்தப் பூனையிலும் விட மென்மையானவராகவும் அடக்கமானவராகவும் காணப்பட்டார். சத்தமின்றிச் சிரிப்பது அவரது அழகுக்குக் கூடுதல் சிறப்பாக இருந்தது. அவரது வீட்டுக்கு மூன்றாவது தடவை போன

போதுதான் அவரது குரல் எத்தனை தடித்தது என்பதைக் கணிக்கும் வாய்ப்பு எனக்கு கிடைத்தது.

பிறகு அந்த வீட்டிற்குச் சென்ற சந்தர்ப்பங்களில் எல்லாம், அந்தப் பெண்ணியவாதி ஊரில் - உலகில் - நடைபெறும் பெண்களுக்கு எதிரான கொடிய சம்பவங்கள் குறித்து என்னுடன் பேசத் தொடங்கினார். இலக்கியம் - வாசிப்பு என்பவற்றைவிட பெண்ணுரிமை, அதற்கு ஆண்கள் எவ்வளவு தடையாக இருக்கிறார்கள் என்பது குறித்துத்தான் அதிகம் பேசுவார். அப்போதெல்லாம் அவர் ஆண்களை சுள்ளிமுறிப்பது போல ஒவ்வொன்றாக முறித்து முறித்து எரிந்துகொண்டிருக்கும் தனது பேச்சுக்களில் போட்டு எரிப்பார். பெண்கள் எவ்வளவு பாவப்பட்டவர்கள் என்றும் உலகில் உள்ள அத்தனை ஆண்களும் காலையில் அலாரம் வைத்து எழும்புவதே இந்தப் பெண்களைக் கொடுமைப் படுத்துவதற்குத்தான் என்பது போன்ற வசனங்களினாலும் பல்லை நெரும்புவார். அவர் அவ்வாறு பேசும் போதெல்லாம் தனது கணவரைப் பார்த்துக் கொண்டே குரலை உயர்த்துவார். வசனங்களை நெருப்பில் மூட்டி வாட்டி வெளியில் தள்ளுவார். தவறு செய்கின்ற எல்லா ஆண்களினதும் ஒற்றைப் பிரதிநிதியாகத் தனது கணவரைப் பார்த்து பார்த்து கத்துவார். அது அவருக்குப் பழகிப்போன ஒன்றாகவும் தெரிந்தது. அவரது கணவரோ அது பற்றி எதுவுமே கண்டு கொள்ளாதவராக - தாழ முடியாத மனஉளைச்சலுக்கு ஆளாகியுள்ள தனது மனைவிக்கு ஆறுதல் கொடுப்பவர் போல - அந்தப் பேச்சுக்களை ஒவ்வொரு தடவையும் புதிதாகக் கேட்பவர் போல - பரவசத்தோடு கேட்பார்.

நான் ஒவ்வொரு தடவை போகும் போதும் ஆண்களுக்கு எதிராக சவுக்கு வீசும் அவரது பேச்சுகள் தவறாது இடம்பெறும். அந்தப் பேச்சு தொடங்கும் போதெல்லாம், அவரது கணவர் வீட்டில் எங்கிருந்தாலும் அழைக்கப்படுவார். அழைத்தவுடன் எங்கிருந்தாலும் ஓடி வந்துவிடுவார். உடனடியாகவே ஒட்டுமொத்த ஆண்வர்க்கத்தின் பிரதிநிதியாகக் கூண்டில் ஏற்றப்படுவார். பெண்ணியவாதி பெடலில் எழும்பி நின்று கத்தத் தொடங்குவார்.

கடந்த ஒரு வாரமாகவே அந்தப் பெண்ணியவாதி என்னை வீட்டுக்கு வரும்படி தொடர்ந்து அழைத்துக்கொண்டிருந்தார். நேரம் கிடைக்கவில்லை. நேற்றைய தினம் போயிருந்தேன். இலக்கியம் குறித்து அதிகம் பேசிக்கொண்டிருந்தார். ஏதாவது சந்தியில் ஆரம்பிக்க வேண்டிய அவரது வழக்கமான ஆணெதிர்ப்புப் படை நடவடிக்கை நேற்று கனநேரமாகியும் ஆரம்பிக்கப் படவேயில்லை. என்னவோ தெரியவில்லை நேற்று அவர் மேலும்

அழகாக வேறு தெரிந்தார். மண்ணிறப்பூனை அவரது மடியில் ஏறியிருந்து விளையாடிபயபடியிருந்தது. அதனை வருடியவாறு என்னுடன் பேசிக் கொண்டிருந்தவர், வழக்கம் போலத் தனது கணவரை அழைத்து தேநீர் கேட்காமல் தானே போய் எடுத்து வந்தார். அவர் வீட்டிலிருக்கிறாரா என்றும் தெரியவில்லை.

வீட்டில் நான் முன்பு பார்த்த பொருட்கள் வேறு இடங்களுக்கு மாற்றப்பட்டு, அழகாகவும் தென்பட்டன. மாற்றத்துக்கான காரணத்தையோ அதுவரை அங்கு வராத அவரது கணவரைப் பற்றியோ எப்படி அவரிடம் கேட்பது? அந்த தேநீர் எனக்குள் இறங்குவதற்கு மறுத்தபடி இருந்தது. என்னை அழைத்த காரணத்தை கேட்பதின் ஊடாக ஏதாவது தகவலை அறியலாம் என்ற யோசனையோடு பேச்சை அவிழ்த்தேன்.

தனது கணவர் என்னுடன் ஏதாவது பேசினாரா என்று கேட்டார். நான் இல்லையே என்றேன். பூனை கண்சிமிட்டாமல் என்னைப் பார்த்துக்கொண்டிருந்தது.

அதன் பின்னர் குனிந்து பூனையை தடவியபடி, தன்னை தனது கணவர் முகநூலில் நண்பர்கள் பட்டியலில் இருந்து நீக்கிவிட்டதாகச் சொன்னார்.

பூனை சொடுக்கென்று தலையைத் தூக்கி அவரைப் பார்த்தது. பிறகு என்னைப் பார்த்தது. வன்முறைகளுக்கு ஆதரவில்லாதவன் என்ற பதில் பார்வையை நான் வீசிய பின்னர் கண்களை சற்று சிமிட்டிக்கொண்டது.

(25.01.2019)

திருமணம் என்பது திருமதி மணமே!

எழுத்துலகில் உள்ள ஆண்கள் தமக்கான பெண் துணைகளோடு வாழ்வைப் பகிர்ந்து கொள்வதென்பது ஈடு இணையற்றதொரு சவால். ஏனைய தொழில்கள் எதுவாக இருந்தாலும் அவற்றிலெல்லாம் பணிபுரிபவர்களுக்கு பாவமன்னிப்பு அளிக்கவும் தங்களது தண்டனைகளில் விலக்களிக்கவும் செய்யும் பெண்கள் எழுத்துப் பணியிலுள்ள ஆண்களை 'வச்சுசெய்வதற்கு' முண்டியடிக் கிறார்கள்.

நான் வேலைக்குச் சேர்ந்த ஆரம்பத்தில் ஒரு சொட்டைத் தலைபடைத்த அழகான பணியாளரை அடிக்கடி மதிய உணவறை மூலையில் காண்பதுண்டு. அவர் எப்போது பார்த்தாலும் சிவப்பு நிற உணவுப் பெட்டியொன்றிலிருந்து ஒற்றைக்கையால் எதையாவது கிண்டி கிண்டி வாய்க்குள் அனுப்பிக்கொண்டு இன்னொரு கையினால் எதையாது குறிப்பெடுத்துக் கொண்டிருப்பார் அல்லது வாசித்துக் கொண்டிருப்பார். பார்க்கப் பரிதாபமாக இருந்தார். ஆகவே, நிச்சயமாக ஒரு எழுத்தாளராகத்தானிருப்பார் என்று நம்பி அறிமுகம் செய்துகொண்டேன். அவர்தான் எனது மேலதிகாரியின் மேலதிகாரி. என் முக்கியத்துக்கு மேலதிகமாக ஒரு அதிர்ச்சியை தந்து நடுங்கிய எனது கைகளை இறுக்கிப்பிடித்து கைலாகு தந்தார். அதற்குப் பிறகுதான் தெரிந்துகொண்டேன். அவர் இதுவரை வெளியிட்டுள்ள மூன்று நூல்களும் USA Today bestselling வரிசையில் இடம்பிடித்திருக்கின்றனவாம்.

எனக்கும் எழுத்தும் வாசிப்பும் விருப்பமானவை என்று அறிந்துகொண்ட அடுத்தடுத்த நாட்களில் அதிகம் பேச ஆரம்பித்தார். கொஞ்சம் கொஞ்சமாகத் தனது எழுத்துலகப் பெருஞ்சோகங்களை அவிழ்க்கத் தொடங்கினார். முப்பது வருடங்களாக எழுதிக் கொண்டிருக்கும் தனக்கு திருமணவாழ்க்கை திருப்திகரமாக இல்லை என்றார். எழுத்து - புத்தகம் என்று கேட்டாலே தனது மனைவி கிரைண்டரில் போட்ட தக்காளி போலத் தன்னை ஆக்கிவிடுகிறாள் என்று தலைகுனிந்தார். குரல் சிணுங்கியது. கூடவே தலைமினுங்கியது. புத்தகங்களை மையமாக வைத்து

பிள்ளைகளுக்கு முன்பாகத் தங்களுக்குள் ஆரம்பிக்கும் அன்றாடச் சண்டைகள் தனது புத்தகங்களைக் கொண்டுபோய் எரிக்கும் நிலைவரை நீண்டிருப்பதாகக் கவலைப்பட்டார். திருமணத்துக்கு முன்னர் தன்னை ஒரு எழுத்தாளன் என்ற ஒரே காரணத்துக்காகவே ஹீரோவாகப் பார்த்த தனது மனைவி, இப்போது அந்தக் காரணத்துக்காகவே தன்னைப் பிழித்தெடுக்கிறாள் என்றார்.

இப்படியான இலக்கிய இருண்மைகளிலிருந்து எழுத்துலக ஆண்கள் தங்களைக் கட்டவிழ்த்துக் கொள்வது எப்படி என்பது தான் சமகாலத்தில் பெருஞ் சவாலாக உள்ளது. பெரியாருக்கொரு மணியம்மைபோல பாரதிக்கொரு செல்லம்மா போன்ற பெண் ஆளுமைகள் வாழ்ந்த உலகில்தான் நாங்கள் இப்போது வாழ்ந்து கொண்டிக்கிறோமா என்று சந்தேகம் வலுக்கிறது.

ஆகவே, தவளைப்பாய்ச்சல், முயல்பாய்ச்சல், கங்காருப் பாய்ச்சல் போல இந்த விடயத்திலும் ஒரு இலக்கியப் பாய்ச்சலை நிகழ்த்த வேண்டியது காலத்தின் தேவையாக இருக்கிறது.

துவையல் இயந்திரத்துக்குள் துவைத்த உடுப்புகளை எடுப்பது போல தங்கள் உலகத்துக்குள் ஆண்களை இழுத்துப் போடும் இந்தப் பெண்கள் அப்பாவி எழுத்துலக ஆண்களை ஏதாவது உருப்படியாக செய்யக் கேட்கிறார்களா என்றால் அதுவுமில்லை.

குச்சிமிட்டாயும் குருவிரொட்டியும் வாங்கித்தரச் சொல்லி குலுங்கி குலுங்கி அழுகிறார்கள். ஒரு முக்காலியைத் தனக்கு முன்னால் போட்டு வைத்து தன்னையே முழுசியபடி பார்க்கக் கேட்கிறார்கள். தான் அணிந்த காதணியில் தனது தலைமுடி சிக்கிக்கிடப்பதை ஏன் பொலீஸிடம் முறைப்பாடு செய்து எடுத்து விடவில்லை என்று கேட்கிறார்கள். இளவரசர் ஹரியின் மனைவிக்கு குழந்தை பிறந்ததெல்லாம் பி.பி.ஸியில் பிரேக்கிங் நியூஸாக வருவதாகச் சொல்லி தமக்கு வந்து வாய்த்தது இவ்வளவுதான் என்று கூட புலம்பியிருப்பதாகச் சில தரவுகள் கூறுகின்றன.

இவைகூட சின்ன சின்ன ஆசைகள்தானே என்று விட்டு விடலாம்.

'நீங்கள் எல்லாம் எழுத்தாளர்தானே, என்னை வைத்தொரு கவிதை எழுதுங்கள்' என்று அபாண்டமானதொரு கோரிக்கையை முன் வைக்கிறார்கள். இந்தக் குற்றமெல்லாம் நீதிமன்றத்துக்குப் போனால் சுமந்திரனை வைத்துக்கூட வாதாடி வெல்லமுடியாது என்பதை இந்த அரக்க குணம் படைத்த பெண்கள் ஏன் உணர்கிறார்கள் இல்லை!

தாங்கள் எதிர்பார்ப்பது போல எதுவும் செய்துகொள்ளாத தருணங்களில் 'Good Bye' என்று சொன்னால்கூட, 'சரி சரி கிளம்பு காத்து வரட்டும்' என்றோ 'மூடிட்டு மாறு' என்பது போலவோ ஒரு அரியண்டப் பார்வையை எறிகிறார்கள்.

ஒரு ஆண் எழுத்தாளன் தனித்துப் போய்விட்டால் எந்தப் பெண்ணுமே சீண்டமாட்டாள் என்ற மூடநம்பிக்கையில்தான் இவர்கள் இவ்வாறெல்லாம் செய்கிறார்களா?

இந்தப் பெண்வர்க்கத்துக்கு அடக்க ஒடுக்கமாக சொல்லிக் கொள்ள விரும்புவது ஒன்றுதான்.

ஷோபா சக்தியைப் போன்றவர்களுக்கு மாத்திமல்ல, எல்லா எழுத்தாளனுக்கும் தனிவாழ்வு என்பது அந்தப்புரத்தில் நின்று விஷ்ணுபுரம் எழுதுவது போன்றதுதான்.

தவறவிட்டீர்கள் என்றால் பிறகு தாங்கமாட்டீர்கள்!

இதனை இவ்வளவு நெகிழ்ந்து இங்கு பகிர்ந்திருக்கும் காரணம், திருமண வாழ்வில் இணையப்போகும் இலக்கியத் தோழன் கோகுல் பிரசாத் இவை அனைத்தையும் ஆழமாகவும் நீளமாகவும் சிந்தித்து அறிவுத் தளத்திலிருந்தொரு முடிவெடுத் திருப்பார் என்ற நம்பிக்கைதான்.

வாழ்த்துகள் நண்பா!

(23.05.2019)

சடங்கு தலைவனுக்கு வாழ்த்து

யாழ்நிலத்துப் பாணன், எழுத்துலகின் கலகக்காரன், நற்போக்கு இலக்கிய முகாமின் வீரதுரந்தரன் - எஸ்பொவின் 87ஆவது பிறந்ததினம் இன்றாகும்.

ஈழத்து இலக்கிய வீச்சுக்கெனத் தனிச் சவுக்கொன்றைச் செய்து அதன் இனிய வலிகளைத் தனது எழுத்தெங்கும் தழும்புகளாகப் பதித்துச் சென்றுவிட்ட ஆளுமை எஸ்பொ.

இயல்புவாதப் படைப்பாளுமைகளுக்கான தனியான திமிரை இலக்கிய உலகுக்கு இடித்துக் கூறிவிட்டுப் போன எழுத்தூழியன் எஸ்பொ.

எஸ்பொவின் படைப்புகள் பேசப்படும் போதெல்லாம் அவரது எழுத்துகளை இந்திரியமானவை என்றொரு குவளையில் போட்டு வைத்துக்கொண்டு கவனப்படுத்துவதும் அதன் ஊடாக அவருடைய வியாபித்த எழுத்தாளுமையை ஒரு குறுகிய - நீக்கலின் - வழியாகப் பார்க்கத் துணிவதும் எஸ்பொவினை விதந்துரைப்பவர்களுக்கே பழக்கப்பட்டுப் போனதொரு விடயம். அந்தக்கு வளைக்குள் எஸ்பொவின் பிற்காலத்துக்கு அரசியல் நிலைப்பாடு களையும் ஊற்றி நீர்த்துப் போகச்செய்வதும் இன்னும் பலரது விருப்பத்துக்குரிய விமர்சன ஒழுங்குகள். இது குறிப்பாக தறுக்கணித்துக் கிடக்கும் இலக்கிய வட்டங்களில் மிகஅதிகம்.

எஸ்பொவின் எழுத்துலகம் இந்திரிய எழுத்துகளால் நிறைந்ததுதான் என்று முன்னிலைப்படுத்துவதற்கு பலராலும் முன்வைக்கப்படுகின்ற படைப்பு அவரது 'சடங்கு.'

நாற்பது வருடங்களுக்கு முன்னர் ஒரு குடும்பப்பெண் சுயஇன்பம் காண்பதைத் தனது எழுத்தில் வைத்தவர் என்றும் பிள்ளைகளினால் செறிந்து போயிருக்கும் குடும்பமொன்றில் தம்பதியினர் கலவி கொள்வதற்கு திருகுப்படுகின்ற பாடுகளையும் எழுதியவர் என்றும் 'சடங்கு' தொடர்பில் இன்றுவரைக்கும் பல சேறடிப்புக்கள், நோகடிப்புக்கள் உள்ளன. மறுபக்கத்தில், 'அந்தக் காலத்திலேயே அவர் அவற்றையெல்லாம் எழுதினாரே'

- என்று வியப்பதின் ஊடாக அந்தப் புள்ளிகளை மாத்திரம் வேறுதிசையில் சொல்லிக் காட்டுபவர்களும் பலர்.

ஆனால், சடங்கில் செல்லபாக்கியம் ஆச்சிவழியாக எஸ்பொ உருவாக்கியிருக்கும் பெண் ஆளுமையின் செறிவின் அளவுக்கு நாற்பது வருடங்களாகியும் இன்றுவரைக்கும் ஒரு பாத்திரம் அந்த மண்ணிலிருந்து அல்லது அந்த மண்ணைச்சார்ந்து உருவாக்கப்படவில்லை என்று அடித்துச்சொல்வேன்.

'சடங்கு' வாசிப்பின் போது செல்லபாக்கியம் ஆச்சி எம்மை பின்தொடருகின்ற ஆக்ரோஷமானதொரு நிழல். சடங்கின் முடிவில் அவள்தான் எமக்குள் வாழும் மிகப்பெரிய நிஜம். யாழ்ப்பாண சமூகத்தில் பெண்களின் வகிபாகம் குறித்த நுண்பார்வையுடன் வடித்தெடுக்கப்பட்டவள் செல்லபாக்கியம் ஆச்சி. அவளது ஒற்றைப் பார்வை முதற்கொண்டு ஒழுங்கை நடைவரைக்கும் அத்தனையும் யாழ்ப்பாணத்தின் பெண்தலைமைத்துவ பண்பாட்டுக் கூறுகளையும் அப்பட்டமாக அவிழ்த்து வைக்கிறது 'சடங்கு.'

பெரும்போர் முகிழ்ந்த பிற்காலகட்டங்களில் யாழ்ப்பாணம் உட்பட வடநிலத்திலிருந்து எத்தனையோ பெண் ஆளுமைகள் வரலாற்றில் தங்களது வகிபாகத்தினை வரைந்து சென்றிருந்தாலும், இவற்றுக்கெல்லாம் முன்பே எஸ்பொவின் முகப்பார்வை கொண்ட பேராளுமையை செல்லபாக்கியம் ஆச்சியின் வழியாக எங்களின் முன்பாக கொண்டுவந்து காண்பிக்கிறார்.

குலைந்துபோன குடும்பமொன்றில் படித்திருக்கும் செந்தில் நாதனை - எல்லோரும் வெறுத்து ஒதுக்கிப்போகும்போதும் அவனை- தனது அறிவுக்கண்கொண்டு தூரநோக்கத்தோடு தனது மகளுக்குக் கட்டிக்கொடுக்கிறாள் செல்லபாக்கியம் ஆச்சி. எழுபது களின் தமிழ் சமூக அமைப்புமுறையில் ஒரு பெண் எப்பேற்பட்ட தீவிரமுடிவை லாவகமாக கையிலெடுக்கிறாள் என்று காண்பிக்கத் தொடங்கும் எஸ்பொவின் கதை கமரா, அதன் பின்னர் செல்லபாக்கியம் ஆச்சியின் வழியாகவே நாவல் முழுவதும் ஒளிபாய்ச்சுகிறது. மருமகன் செந்தில்நாதன் குடும்பத்தலைவன் தான் என்றாலும் அவனுக்கான முடிவெடுக்கும் மூளையாக செல்லபாக்கியமே அவனின் அனைத்துச் செல்களிலும் நொதித்துக்கிடக்கிறாள். அவன் கொழும்பிலிருந்து விடுமுறைக்காக வீட்டுக்கு வந்தால் அவன் என்னென்ன செய்யவேண்டும், என்னவெல்லாம் செய்யக் கூடாது என்பவற்றை உணர்த்தும் சரீரியாக செல்லபாக்கியம் செந்தில் நாதனுக்குள் இருக்கிறாள். ஒரு குடும்பமாகத் தன் மகளையும் குழந்தைகளையும் கைப்பிடித்துக்கொண்டு எங்கெங்கு போக வேண்டும், எவ்வளவு தூரத்துக்குப் போகவேண்டும்

என்பதை வழிகாட்டுவதற்கும் செந்தில்நாதனுக்குள் ஒரு ஆவிபோல இயங்கு கிறாள். ஆனால், மருமகனை அவள் முற்றுமுழுதாகத் தனது கட்டுப்பாட்டிலும் வைத்திருக்கவில்லை. அவர் ஊருக்கு வருகின்ற போது கள்ளும் குடிப்பார், சீட்டுமாடுவார். இப்படி யெல்லாம் கிழவியால் நீளக்கயிற்றில் மேயவிடப்பட்ட மாடுபோல குடும்பத்துடனேயே அவர் லயித்திருப்பார்.

ஏனைய பாத்திரங்களை மாத்திரம் இயக்குபவளாக இல்லாமல் தன்னளவிலும் ஒரு இயந்திரமாகவே செல்லபாக்கியத்தை எஸ்பொ உருவாக்கியிருப்பார். செல்லபாக்கியம் ஆச்சியின் உடல் நாவலில் ஒருபோதும் ஓய்ந்திருக்காது. நித்திரைக்குப் போன பின்னரும் அவளது மூளை சிந்தித்தபடியிருக்கும். மகள் - மருமகள் தாண்டி பேரப்பிள்ளைகளைச் சுற்றி வட்டமிட்டபடி யிருக்கும். அவளது முடிவுகள் தான் குடும்பமெங்கும் நிறைந்திருக்கும். இன்னும் இறுக்கமாகச் சொல்லப்போனால், மகளும் மருமகனும் கலவி கொள்வதுகூட ஆச்சியின் முடிவில்தான் தங்கியிருக்கும்.

இதுதான் யதார்த்தம். பெண் என்பவள் சமூகக் கட்டமைப்புக்குள் - ஒரு கட்டத்துக்கு பிறகு - அல்லது துணிச்சலாகத் தன்னை கொண்டு நடத்துகின்றபோது - எவ்வளவு தூரம் முடிவெடுக்கும் அதிகாரத் தரப்பாக மறைமுகமாக நிறைந்திருக்கிறாள் என்பதையும் அது யாழ் சமூகக்கட்டமைப்பில் எவ்வளவு யதார்த்தபூர்வமானது என்பதையும் செல்லபாக்கியம் ஆச்சியின் வழி எஸ்பொ வரைந்திருப்பார். ஆச்சியின் மகளிலும் அது சாதுவாகப் படரத் தொடங்கியிருப்பதை லேசாக காண்பித்திருப்பார்.

சமகாலப் படைப்புக்களில் ஒரு பெண்பாத்திரத்தை மனதில் ஒட்ட வைப்பதற்கு எவ்வளவோ கரணங்கள் எல்லாம் அடிக்க வேண்டியுள்ள நிலையில், எஸ்பொவின் செல்லபாக்கியம் ஆச்சி ஈழத்து தமிழ் இலக்கிய பரப்பில் என்றைக்கும் அழியாத தனிப்பெரும் கிழவி. சடங்கில் அவளைப் படிப்பதும் யாழ்ப்பாண சமூகத்தின் கலப்படமற்ற பெண் ஆளுமைகளின் மேன்மைகளைப் படிப்பதும் ஒன்றுதான். தாபத்தில் கிடந்துழலும் தம்பதியினரை வழிநெடுகக் காட்டிவிட்டு, நாவலின் முடிவில் அது வெறும் புள்ளிதானே ஒழிய இன்னும் பல ஆண்டுகளுக்கு பேசப்படவுள்ள வரலாறு வேறொன்று என படைக்கப்பட்டவள் செல்லபாக்கியம்.

(04.06.2019)

சோபாவுடன் நடைபெற்ற சோக்கான சந்திப்பு

சிட்னியில் சோபாவுடனான முதலாவது சந்திப்பு ஆஸ்திரேலியாவின் நிர்வாணக் கடற்கரை நகரான Bondi Beach பகுதியில் கடந்த வாரம் மாலை மங்கும் நேரமொன்றில் பரிபூரணமாக நடைபெற்று முடிந்தது. சந்திப்புக்காகப் போனபோது, ஆஸ்திரேலியாவுக்கு வந்து 25 நாட்களாக எந்த இலக்கிய பிரக்ருதிகளையும் சந்திக்காத காரணத்தினால் தோழர் மிகவும் உற்சாகமாகக் காணப்பட்டார். வெளிவிடுவதும் உள் இழுப்பதும்தான். நாடகம் பற்றிய நினைவுகளாகவும் அதனையொட்டிய பேச்சுகளாகவும் மாத்திரமாகவே இருந்தது.

இருவரும் அந்த நகரின் வெளிவீதிகளில் ஒரு உலா வந்து, பார் ஒன்றில் கரை சேர்ந்து பியராடத் தொடங்கியபோது நேரம் முன்னிரவைத் தாண்டியிருந்தது. அது முடிந்து, நேரம் நடுநிசியைத் தொட்டிருந்தபோது, கடும் மழையும் கடல்காற்றும் மூசியடித்துக் கொண்டிருந்த காலநிலையை எதிர்த்தோடிச் சென்று அவரை வீட்டுவாசலில் இறக்கிவிட்டு திரும்பியிருந்தேன்.

இந்த சந்திப்பு இடம்பெற்று அடுத்த நாள்தான், சோபாவுடனான இலக்கியசபா ஒன்றை சிட்னி இலக்கிய நண்பர்களுடன் இணைந்து ஒழுங்கு செய்திருப்பதாகவும் வருகை தருவதானால் தலைக்கணக்கை உறுதிப்படுத்துமாறும் ரஞ்சகுமார் அண்ணன் மெஸேஜியிருந்தார். மகிழ்ச்சி இரட்டிப்பாகிவிட்டது. சோபாவின் சாக்கில் ஒரே இடத்தில் சிட்னிவாழ் இலக்கிய நண்பர்களையும் சந்திக்கலாமே என்று, முடிபிளக்கும் வெயில் பெய்து கொண்டிருந்த திங்களன்று சிட்னி தமிழர்களின் தலைநகர்களில் ஒன்றான Toongabbie தேசத்தில் தலை சேர்ந்தோம். பெருந்தலை களான ரஞ்சகுமார், எழில்வேந்தன், ஆசி.கந்தராஜா ஆகியோரோடு இன்னும் பலரும் அங்கு வந்திருந்தார்கள்.

இலக்கியச் சந்திப்பென்று பெயர் சூட்டியிருந்தாலும் அங்கு கலந்துரையாடத் தொடங்கிய விடயங்கள் அவ்வளவுக்குப் பயப்படும் விதமாக இருக்கவில்லை. வந்தவர்களில் அனைவரும் சோபாவை இலக்கிய ரீதியாக படித்திருந்தார்களோ என்னவோ, முகநூலில் முழுமூச்சாக பின்தொடர்பவர்களாக இருந்தார்கள்.

அவர்களது கேள்விகளிலேயே அது புரிந்தது. சோபாவின் பதிவுக்கு 'லைக்' போடுவர்களின் விவரம் முதற்கொண்டு அனைத்தையும் அறிந்து வைத்திருந்தார்கள். ஒரேயொரு அண்ணன்தான், வந்த மாத்திரத்திலேயே 'நீங்கள் Advance Level எந்த Batch' என்று கேட்க, அதற்கு சோபா மிகத்தெளிவாக 'நான் எட்டாம் வகுப்பு வரைக்கும்தான் படிச்சனான் அண்ண' என்று சொல்ல வந்த அனைவருக்கும் தாங்கள் பேசிக் கொண்டிருப்பது படைப்பாளர் சோபா என்ற நெருக்கம் இன்னும் உறுதியாகிக்கொண்டது.

அங்கு வந்திருந்தவர்கள் பலரது இலக்கிய பார்வைகளுடன் சோபா பெரும்பாலும் முரணான கருத்துகளையே கொண்டிருந்தார். இமையத்தின் 'கோவேறு கழுதைகள்' தனக்குப் பிடிக்கவே இல்லை என்று ரஞ்சகுமார் அண்ணனை மறுத்துரைத்தது உட்பட இப்போது கொண்டாடப்படுகின்ற இணையப் பொதுவெளி இளசுகளின் பேரிலக்கியங்கள் என்று அனைத்தையும் மறுத்தார். பூமணி, ஜானகிராமன், ஜெயகாந்தன் வரிசையில் ஆசான் எஸ்பொவுக்கு பிறகு இலக்கியத்தில் யாரும் பெரிய இடத்தை எட்டிவிடவில்லை என்றார். அவர்களது இலக்கியத்தின் பெருமைகளையும் செழுமை களையும் தான் இன்னும் யாசிப்பதாக சொல்லி பெருமை கொண்டார். தான் எழுதவில்லை என்பதையும் தனது படைப்புக்கள் எப்போதும் வந்துகொண்டிருக்க வேண்டும் என்பதையும் எதிர்பாராமல் இப்போது எழுதிக் கொண்டிருக்கும் ஏனைய எழுத்தாளர்களின் நாவல்கள் - சிறுகதைகள் போன்றவற்றைப் படிக்கக் கோரினார். அவற்றின் மீதான உரையாடல்கள் - விவாதங்கள் - ஆராய்ச்சிகள் போன்றவற்றை முன்னெடுப்பது காலத்தின் அவசியப்பட்ட ஒன்று என்றார். முன்பெல்லாம் சிற்றிதழ்களில் சிறுகதையொன்று நான்கு பக்கங்களில் வெளிவந்தால், அடுத்த இதழில் அந்த கதை தொடர்பான விவாதங்கள் பத்துப் பதினைந்து பக்கங்களில் நடைபெறும். அதுபோன்ற வியாபித்த விவாதங்கள் அவசியம் என்றார். தமிழகத்தின் இலக்கியப் பெருமைகள் என்று கூறிக் கொள்ளும் பெருந்தலைகள் சிலரது பெயரைக் குறிப்பிட்டு அவர்களது வழிகாட்டுதல்கள் எல்லாம் எப்பிடி என்று கேட்ட வுடனேயே 'டென்ஷன்' ஏறியவராக சிகரெட்டை எடுத்து வாயில் பூட்டிக்கொண்டார். ஆனாலும் மிகத் தன்மையாக அவர்கள் இலக்கியம் என்ற பெயரில் நடத்தும் பூச்சிக்கடி மருந்து வியாபாரத்தை பற்றி விளக்கம் சொன்னார்.

பேச்சு சாதுவாக அரசியல் பக்கமாக இறங்கியபோது, தான் விடுதலைப்புலிகள் அமைப்பில் அங்கம் வகித்த மூன்று வருட காலத்தையும் ஒரு நிமிடம் தவறாமல் ஞாபகம் வைத்திருந்தவராக

தன்னிடம் கேள்வி கேட்டவர்களுக்கு பதில் கூறினார். பதில்களிலும் பேச்சிலும் மிகப்பெரிய முதிர்ச்சி தெரிந்தது. எந்தச் சொற்களும் அர்த்தம் பிசகும் அவசரக்குடுக்கைத்தனத்தை கொண்டிருந்து விடக்கூடாது என்று கவனமாகப் பேசினார். அதனை அவரே அடிக்கடி 'எனக்கு இப்போது வயது போய்விட்டது' என்று ஒப்புக்கொள்ளவும் செய்தார்.

ஆனால், அவரிடம் கேள்வி கேட்பவர்கள் பதிலைப் புரிந்து கொள்வதற்கு மேலதிக அப்பியாசப் பயிற்சிகள் தேவைப்பட்டது. ஏனெனில், அநேக தருணங்களில் அவர் ஒரு இடத்தில் தனது பார்வையை குவியப்படுத்தி பேசுவதில்லை. தலையை முன்னே தள்ளி ஒரு இடத்தில் பார்த்துக்கொண்டு கண்களை மேலே கீழே என்று பிரட்டி பிரட்டித்தான் பதில் சொல்வார். திடீரென்று கண்களைக் கூரையில் குத்துவார், பிறகு கீழே பார்ப்பார். பிறகு மேலே பார்ப்பார். கசப்பு மருந்து சாப்பிட்டவர்போல தலையை உதறுவார். அநேக தருணங்களில் அவருக்குப் போட்டியாக அவரது தலைமுடி வேறு கேள்வி கேட்பவர்களைக் குழப்பிக் கொண்டிருக்கும். முகத்தில் முக்கால்வாசிக்கு வந்து வீழ்ந்து கிடக்கும் முடியைக் கோதிவிடாமலேயே தொடர்ந்து பேசிக்கொண்டிருப்பார். அப்போதெல்லாம், முன்னிருந்து கேட்பவர்களுக்கு அவர் ஏதோ மேடையில் திரைக்குப் பின்னாலிருந்து பேசிக்கொண்டிருப்பது போலிருக்கும். ஆள் நடிகன்தான்.

அன்றைய சந்திப்பு சோபாவின் இவ்வாறான நவரசங்களின் வழியாக வழிந்து கொண்டிருந்தபோது, சந்திப்புக்கு வந்திருந்த அண்ணன் ஒருவர் சோபா தொடர்பான மிகமுக்கியமாக - தேசிய - பிரச்சினையை சபையில் முன்வைத்தார்.

அதாவது 'நீங்கள் ஏன் இன்னமும் திருமணம் செய்து கொள்ளவில்லை' என்றார். உடனே எல்லோரும் அவரை உற்றுப் பார்த்தார்கள். இதைவிட என்ன பெரிய இலக்கியம் பேசிவிடப் போகிறார் என்ற எதிர்பார்ப்பு அவர்கள் அனைவரது முகத்திலும் படர்ந்திருந்தது. திருமணம் என்ற உறவுமுறை தொடர்பான தனது நிலைப்பாட்டினை சோபா விளங்கப்படுத்தினார். தனது வாதத்துக்கு உதவியாக பெரியாரின் கருத்துகளை முன்னிறுத்தினார். உடல் தேவைக்காக திருமணத்தை காரணம் காட்டுவது திருமணம் என்ற ஒட்டுமொத்த உறவுமுறையையே கொச்சைப்படுத்துவ தில்லையா என்பது உட்பட பல விடயங்களைப் பேசிக் கொண்டே போனார். கேட்டுக்கொண்டிருந்தவர்கள் - 'என்ன இருந்தாலும் அது ஒரு அடிப்படை தேவை' என்றார்கள். சோபாவிடம் கேள்வியைக் கேட்ட அண்ணர், தனது வாதத் திறமையால் சோபாவை

எப்படியாவது சிட்னியிலேயே யாராவது பெண்ணைப் பார்த்து திருமணம் செய்து வைத்துவிடலாம் என்ற நம்பிக்கையுடன் போராடிக்கொண்டிருந்தார். கூட்டம் முடிந்த கையோடு மணவறைக்கு கூட்டிப் போகப்போகிறாரோ என்றளவுக்கு பேசினார்.

அதற்குப்பிறகு, சமகாலத் திரைப்படங்கள் தொடர்பான கலந்துரையாடலுக்குள் விழுந்தோம். வேண்டுமென்றே '2.0' எப்பிடியென்று கேட்டேன். இவ்வளவு கால இலக்கியச் சந்திப்புகளில் இப்படியொரு கேள்வியைக் கேட்டு தன்னை யாரும் கேவலப்படுத்தியதில்லை என்று துரை தலையலடித்துக் கொண்டார்.

இவ்வாறு பல சோக்கான கதைகளுடன் நடந்து முடிந்தது சந்திப்பு.

(28/12/2018)

ஆறாவடு

ஆஸ்திரேலியாவுக்கு வந்து ஒரு வருடத்தில் கிடைக்கப்பெற்ற மூன்றாவது வேலையில் நான் சந்தித்துக்கொண்ட நபரின் பெயரை அப்போது 'சயந்தன்' என்று அறிந்திருந்தேன். தமிழில் பேசுகின்ற சக தொழிலாளிகள் பலரைக்கொண்ட எரிபொருள் நிரப்பு நிலைய மொன்றில் எனக்குப் பயிற்சி தருவதற்கென கவுண்டருக்கு பின்னால் அவர் பம்மிக்கொண்டு நின்றிருந்தார். நான் வேலைக்குப்போன முதல்நாள் என்னை அழைத்திருந்த ரூபி அண்ணன், குறிப்பிட்ட நபரை - சயந்தனை - அறிமுகம் செய்து அவர்தான் எனக்குத் தொழில் பழக்குவார் என்று கூறும்போதுகூட அவர் என்னை நிமிர்ந்து பார்க்கவில்லை. அப்போது நான் கணித்துக்கொண்டபடி - பின்னர் ஒருநாளில் சயந்தனே சொன்னபடி - அன்றையதினம் அவர் 'கஜினி' சஞ்செய் ராமசாமி ஸ்டைலில் முடி வெட்டியிருந்தார் என்று ஞாபகம்.

என்னுடன் அறிமுகமான அடுத்த கணமே ஒரு வாடிக்கையாளர் வந்து ஏதோ ஒரு பெயரை உச்சரிக்க, இவர் உஷாராக தனது வலக்கையை பொசுக்கென்று பின்பக்க இறாக்கைக்குள் நுழைத்து, ஒரு சிகரெட் பெட்டியை எடுத்து மேசையில் போட்டார். அப்போதுதான், கவுண்டருக்கு முன்னால் வந்துநின்றவர் கேட்டது சிகரெட் என்று எனக்கு விளங்கியது.

ஒரு சாதுவான புன்னகையை உதிர்த்தபடி வாடிக்கையாளரை வழியனுப்பிவிட்டு திரும்பியவர் - 'ஒண்டும் பயப்படவேண்டாம். பிழைவிட்டால் என்ன வேலைய விட்டு கலைப்பினம். அவ்வளவுதான். இந்த நாட்டில வேற வேலையா இல்லை...'

இதுதான் எனது தொழில் பயிற்றுநர் என்னுடன் பேசிய முதல் வாக்கியம்.

அவரது அந்த சோசலிச தத்துவம் எனக்கு மிகவும் பிடித்துப் போனது. என்ன ஒரு நம்பிக்கை, கொடூரமானதொரு மன இறுக்கம். அவை எல்லாவற்றையும்விட, அவரது அந்த ஒற்றை

வாக்கியம் அந்த இடத்திலேயே ஒரு விடுதலை கிடைத்தது போன்ற உணர்வைத் தந்திருந்தது.

'இந்த கடையில ஆக்கள் வந்து பெற்றோல் - டீசல் அடிப்பினம். கவனமா பாத்துக்கொள்ளவேணும். இந்த ஏரியா புழுத்த கள்ளர் உலாவிற இடம். சிலர் அடிச்சுப்போட்டு ஓடீருவாங்கள். ஓடுற ஆட்களிண்ட வாகன நம்பரை எடுத்துப் போட்டால் சரி. அவ்வளவுதான், ஆனால், அதை தவறவிட்டீரோ, அவன் அடிச்சிட்டுப்போன பெற்றோல் காசை நீர்தான் கட்டவேணும்.'

இது அவர் பேசிய இரண்டாவது வசனம். எல்லாமே டெரராகத்தான் இருந்தது. ஆனாலும் 30 எரிபொருள் நிரப்பிகள் உள்ள ஒரு கடையில், எவன் எப்போது அடிப்பான் - ஓடுவான் என்பதைக் கண்டுபிடிப்பதெல்லாம் நடக்கிற காரியமா, மெல்லிதாக கண்களை மூடி ஒரு பெருமூச்சை உள்ளே இழுத்தேன்.

'நீர் ஒண்டும் பயப்பட வேண்டாம். நான் இஞ்ச கிழமைக்கு 300 - 400 டொலர் எண்டு கட்டிக்கொண்டுதானிருக்கிறன்' என்றார்.

எனக்கு 'பக்' - என்றிருந்தது.

இந்த சம்பவம் நடந்தது கிட்டத்தட்ட 13 வருடங்களுக்கு முன்னர். அப்போது அந்தக் கடையில் வாரம் பூராவும் வேலை செய்தால்கூட பல வேளைகளில் 300-400 தான் சம்பளம்.

இந்த சீத்துவத்தில், எரிபொருள் அடிச்சிட்டு ஓடுறவனிண்ட காசைக் கட்டிக்கொண்டு இங்கு பிறகு ஏன்தான் வேலை செய்யவேணும்?

அடுத்த நாள் நான் இன்னொரு வேலையில் நின்று கொண்டிருந்தபோது முதல்நாள் வேலைக்குப்போன எரிபொருள் நிரப்பு நிலையத்திலிருந்து 'போன்' வந்தது.

'ஏன் வேலைக்கு வரவில்லை' என்று காரணம் கேட்டபோது - அந்த வேலை எனக்கு பிடிக்கவில்லை என்று கூறியது மட்டுமல்லாமல் அந்த எரிபொருள் நிலையத்தில் தினக்கூலிக்கு கள்ளர்களை கலைத்துப்பிடிக்கும் வேலையை செய்து கொண்டிருக்கும் யார் இங்கு வந்தாலும் நான் இப்போதே வேலை செய்யுடமிடத்தில் வேலை தரலாம் என்றும் சொல்லிவிட்டேன். அநீதிக்கு எதிரான ஒரு பெரும் விடுதலை இயக்கத்தை கட்டியெழுப்புவது போன்ற உணர்வு எனக்குள் பொங்கி பிரவாகித்தது.

போனை வைத்தபின்னர், எனது பயிற்சியாளரின் ஞாபகம் வந்தது. ஒரே நாளில் எனக்கு ஞானமளித்த புத்தரல்லவா அவர்.

பயபக்தியோடு தொலைபேசியில் 'சயந்தன்' என்ற பெயரை பிடித்து அழைத்து, நான் தற்போது வேலை செய்யுமிடத்தில் நான்தான் மனேஜர் என்றும் எரிபொருள் நிலையத்தில் நின்று மார்வாடி வேலை பார்க்காமல் என்னிடம் வந்துவிடும்படியும் எனது துரோணரிடம் எடுத்துக்கூறினேன். ஒரு கணம் பெரிய மூச்சொன்றை உள்ளிழுத்து வெளியே விட்டார். தான் முதலாளிக்கு விசுவாசமானவன் என்றும் எத்தனை கள்ளர்கள் பெற்றோல் அடித்துவிட்டு ஓடினாலும் தான் தொடர்ந்து அதற்குரிய பணத்தை கட்டிக்கொண்டு அங்கேதான் வேலை செய்வேன் என்றும் சொன்னார். அப்படி விட்டுவிட்டு வருவது சரியில்லை என்றார்.

அப்போதுதான் முதல் தடவையாக அவரை நான் மரியாதைக் குறைவாக அழைக்க தொடங்கியதாக ஞாபகம். கூடவே அருமையான கெட்டவார்த்தை ஒன்றையும் சேர்த்துச்சொல்லி இங்கு வந்து வேலை செய்வதால் உள்ள அனுகூலங்களை பட்டியல் படித்துக்கூறினேன்.

'முகவரி என்ன?'

'Subway Restaurant, Essendon DFO'

அடுத்த நாள் சயந்தன் வேலைக்கு வந்தார்.

நிலமை இப்போது தலைகீழ். இருபத்து நான்கு மணிநேரத்தில் அவருக்கு நான் பயிற்சியாளனாக நின்றுகொண்டிருந்தேன்.

பாணை சரியாக பிடித்து எப்படி பக்கவாட்டில் வெட்டுவது என்று முதல் பயிற்சி. பிறகு மீட் போல்ஸை அதற்குள் திணிப்பது எப்படி, பின்னர் சலட்டை எப்படி வைப்பது என்ற இன்னபிற பயிற்சிகளையும் சொல்லிக்கொடுத்தேன்.

சொல்லிக்கொடுத்தபடி, அவர் வெட்டிய முதலாவது பாணில் எல்லாவற்றையும் சரியாக திணித்துவிட்டு வாடிக்கையாளரிடம் பாணைக் கொண்டுபோய் கொடுக்கும்போதுதான் பார்த்தேன், தான் வெட்டிய பாணுக்குள் வெட்டிய கத்தியையும் வைத்துக் கொடுத்திருந்தார்.

பாய்ந்து சென்று அதனை வெளியில் உருவி எடுத்து விட்டேன். அவருக்கு எதிராகக் கெட்ட வார்த்தையை பயன்படுத்து வதற்கு கிடைத்த இரண்டாவது சந்தர்ப்பத்தையும் திருப்தியாக பயன்படுத்திக்கொண்டேன்.

அடுத்த நாள் வேலைக்கு வரவேண்டியவரை காணவில்லையே என்று தொலைபேசியில் அழைத்தபோது, தான் அந்த ஒரு

பாண் வெட்டியதிலேயே மிகவும் உடைந்தபோனதாகவும் அந்தக் கத்தி சம்பவம் தன்னை மிகவும் பாதித்துவிட்டதாகவும் கூறினார்.

'பரவாயில்லை பாஸ், இதெல்லாம் நடக்கிறது சகஜம்தானே, திருப்பிப்போய் அங்க பெற்றோலடிச்சிட்டு ஒடுற ஆக்களை கலைக்கிறதிலும் பார்க்க, இந்த வேலை ப.....ரவாயில்லைத்தானே, வா.....ங்க பாஸ்' என்று இழுத்தேன். அவர் நயமாக மறுத்து விட்டார்.

பிறகும்கூட, 'வாங்கிக்கொண்டுபோன Subway Uniform ஷேர்ட்டையாவது கொண்டுவந்து தாங்க பாஸ்' என்றேன். விசுவாசத்தோடு அந்தப்பக்கம் வருவதற்கு மறுத்துவிட்டார்.

இந்த - பாட்டாளி பங்காளி உறவு - நட்பாகி - எழுத்துறவாகி மேலும் பலவாகி... கடந்த வருடம், பல ஆண்டுகளுக்கு பின்னர், என்னை சயந்தனிடம் சுவிர்சலாந்திற்கு அழைத்துச்சென்றிருந்தது.

போன வெள்ளிக்கிழமை அவனை மெல்பேர்னுக்கு அழைத்து வந்திருந்தது.

(ஜூலை, 23 - 2018)

டமாரவாதிகள் வாழ்க!

சமூக வலைத்தளங்களில் கும்பலாக நின்று ஒரு விடயத்தைக் கூப்பாடு போட்டால் அதை அடுத்தடுத்த தலைமுறைகளுக்கான கோட்பாடுகளாகவே எடுத்துச்சென்றுவிடலாம் என்ற நம்பிக்கை தற்போதெல்லாம் வானுயர வளர்ந்துவருகிறது. சமூக ரீதியாக கவனஞ் செலுத்தப்படவேண்டிய சாபக்கேடான விடயம் இது.

இதன் நீட்சியைத்தான் கடந்த சில நாட்களாக ஜெயமோகனுக்கு எதிராக மேற்கொள்ளப்பட்டுவரும் வசைபாடல்களும் அந்தாதியாக நீளும் கொடுங்கீதங்களும் சாப பஜனைப் பாடல்களும் அம்மணமாக்கிக் காண்பித்துக்கொண்டிருக்கின்றன.

விவாதம் என்று வருகின்றபோது கருத்துநிலை சார்ந்து எதிர்ப்பதும் - கோட்பாட்டு ரீதியான எதிர்வாதங்களை முன்வைப்பதும்தான் உரையாடல் வெளியில் ஆரோக்கியமான படிமுறையாக அமையும். அதுதான் ஜனநாயகத்தின் அப்பியாசமும் கூட. சம பரிமாணமுள்ள உரையாடல்கள் பரஸ்பர கருத்துகளை பரிமாறுபவர்களுக்கான பதில்களாக அமைவது மட்டுமல்லாமல் அந்த முரண்களில் பிறக்கும் கருத்துகள் சமூக எழுச்சிக்கான புதிய சிந்தனை வடிவங்களாகவும் அமையும். இலக்கியத்தில் அறம் எனப்படுவது பேசப்படும் உட்பொருள் மாத்திரம் அல்ல, பேசப்படும் முறையும்தான். இதனைத்தான் முன்னையவர்கள் செய்தார்கள். இப்போது மிகச்சிலர் செய்துகொண்டிருக்கிறார்கள்.

இதனைப் புரிந்துகொள்வதற்கு, விஷ்ணுபுரம் படிக்கத் தேவையில்லை. சாதரணப் பொதுஅறிவே போதும்.

ஜெயமோகனுக்கும் ஈழத்தமிழ் படைப்புலகத்துக்கும் இடையில் நடைபெறுகின்ற பேணிப்பந்து விளையாட்டுகள் கோவில் திருவிழாக்கள் போன்றவை. அநேகமாக வருடத்துக்கு ஒன்றாவது இடம்பெறும். ஆனால், அந்த பிரச்சினைகள் வரும்போதெல்லாம் ஈழத்தமிழர்கள் மத்தியிலிருந்து நடைபெறும் ஒற்றை எதிர்வினை ஒப்பாரி மாத்திரமே. இந்த ஒப்பாரிகள் இரு முனைகளில் நடைபெறும். ஒன்று, அது குறித்து எந்த

விளக்கமும் இல்லாமல் உயர் சுருதியில் குழறும் ஒரு கூட்டம் வீடு வீடாக ஆட்களைச் சேர்த்துக்கொண்டு வீதிகளில் ஓடிக் கொண்டிருக்கும். இன்னொரு கூட்டம், அந்த மனுசன் என்ன சொல்லியிருக்கிறார் என்று நன்றாகவே தெரிந்தும்கூட, இந்தப் பிரச்சினையில் நிலைப்பாடு எடுக்கிறோம், தொலைக்கிறோம் என்று தங்களது இருப்புக்கு ஏதாவது பிரச்சினை வந்துவிடக் கூடாது என்ற உள்ளுணர்வோடு - நுணுக்கமாக சிந்தித்து - ஒட்டுமொத்தக் குழப்பத்துக்கு குழையடித்துக் கொண்டிருக்கும்.

இந்த இரண்டாவது வகையினர்தான் மிகவும் பொல்லாதவர் களும் எல்லாவகையிலும் ஆபத்து நிறைந்தவர்களும் ஆவர்.

ஒரு இனத்தின் இலக்கியப் பெரும்புலத்திற்கு உரிமை கோருகின்ற இவர்கள் எல்லாம், ஜெயமோகன் முன்வைக்கும் கருத்துகளுக்கு என்ன செய்திருக்கவேண்டும்?

'இந்தாடா நீ கேட்ட ஈழத்தமிழ் இலக்கியப் பெரும்புலம்' 'இந்தா நீ கேட்ட கவிஞர்கள்', 'இந்தா, இப்படிப்பட்ட ஈழத்தமிழ் கவிதைகளைவிட, தமிழகத்திலேயேகூட கவிதைகள் இருக்கின்றனவா காட்டு' என்று இவர்கள் கேட்டிருக்கவேண்டாமா? ஒரு குழுவாக இணைந்துகூட ஜெயமோகனின் அந்தக் குற்றச்சாட்டு என்று இவர்கள் கருதுவதை முறியடித்திருக்கவேண்டாமா?

ஆனால், என்ன செய்துகொண்டிருக்கிறார்கள்?

சிரிப்பு பொலீஸாட்டம் ஒளிந்திருந்து கல் எறிந்து கொண்டிருக்கிறார்கள். இவர்களுக்கு ஜால்ரா போடுவதற்கு கொஞ்சக்கூட்டம் வேறு!

ஆடு புழுக்கை போட்ட மாதிரி முகநூல் பதிவுகளில் பதில் சொல்லுமளவுக்குத்தான் ஈழத்தமிழ் கவிதைப் புலமிருக்கிறதா? அல்லது அவ்வளவுக்குத்தான் இவர்களுக்கு ஈழத்தமிழ் படைப்புலகத்தைப் பற்றி தெரிந்திருக்கிறதா?

ஜெயமோகன் நகைச்சுவையாக சொன்னதுகூட இவர்களுக்கு சீரியஸான சீற்றத்தை ஏற்படுத்தியிருந்தால், கண்கள் சிவக்க கன்னம் துடிக்க துடிக்க இவ்வளவு காலத்தில் யாராவது ஒருவர் ஈழத்தமிழ் கவி உலகின் உத்தம பாத்திரத்தை பொதுவெளியில் போட்டு விளாசிக்காட்டியிருக்க வேண்டாமா?

இங்கே இலக்கியவாதிகள் என்று வெளிக்களக் கொப்பியில் வெட்டி ஒட்டித் தமக்குத் தாமே கிரீடம் மாட்டிக்கொண்டு திரியும் பலருக்கு இருக்கின்ற பொதுப்பிரச்சினைதான் இது.

அதாவது, தாங்கள் முட்டாள்களாக இருப்பதில் இவர்களுக்கு வெட்கம், சூடு சொரணை எதுவும் கிடையாது. ஆனால், அதனை இன்னொருத்தன் பொதுவெளியில் போட்டு உடைத்துவிடுகிறான் என்றவுடன் அத்தனை சொரணைகளும் இவர்களுக்குத் திரண்டு வந்துவிடுகிறது. 'உன்னைப்பற்றி எங்களுக்குத் தெரியாதா' என்று மதிலுக்கு மேல் குந்தியிருந்து கத்திவிட்டு குதித்தோடிவிடுகிறார்கள்.

இதற்கு அடிப்படைக் காரணமே ஈழத்தமிழ் இலக்கியப் பரப்பில் உரையாடல் தளம் என்பது மிக மிகக்குறைவு என்பது தான். விவாதங்களை எதிர்கொள்வதும் அதற்குப் பதில் கொடுப்பதும் கூட ஒருவித தெருச்சண்டைகள்போலவே நடைபெறவேண்டும் என்று எதிர்பார்க்கப்படுகிறது. யாராவது ஒருவர் தங்களது படைப்பு குறித்து சிறிய கருத்தைக் கூறிவிட்டாலே, தலையணைக்கு அடியில் ஒளித்து வைத்துக்கொண்டிருந்த கத்தியை எடுத்துக் கொண்டு கலைக்கத் தொடங்கிவிடுகிறார்கள். எல்லோரும் எப்போதும் எங்களைப் புகழ்ந்துகொண்டேயிருக்கவேண்டும் என்ற போதை மனநிலையைத்தான் இந்த குறுமனங்கொண்டவர்கள் விரும்புகிறார்கள்.

ஒரு நகைச்சுவையைக்கூட ரசிக்க தயாரில்லாத கடுப்பான உருவங்களிலிருந்துதான் இலக்கியம் கசிந்து வழியும் என்று திடமாக நம்புகிறார்கள். என்ன சொல்லப்படுகிறது என்பதைவிட யார் சொல்கிறார்கள் என்பதில்தான் இலக்கியத்தின் ஆள்கூறுகள் தீர்மானிக்கப்படுவதாக நம்பும் அப்பாவிகளாக வாழ்வதை விரும்புகிறார்கள்.

இன்னொரு புறம் பார்த்தால், ஈழத்தமிழ் படைப்புலகில் விமர்சன மரபு செத்துப் பல காலமாகிவிட்டது. முருகபூபதி போன்ற ஒருசிலர் ஆங்காங்கே முந்தைய படைப்பாளிகள் குறித்த சிறியளவிலான பதிவுகளைத் தொடர்ந்து எழுதுகிறார்களே தவிர ஆழமான ஆய்வுகள் கிஞ்சித்தும் கிடையாது. நூல் வெளியீடுகள் என்பவை கூடிக்கலைகின்ற 'இலக்கிய சாம்ராஜ்யங் களாக' பெருமை கொள்ளப்படுகின்றனவே தவிர, அங்கு வெளியிடப்படும் நூல்கள் குறித்து குறைந்தது ஒரு வருடத்துக்காவது உரையாடப் படுவது கிடையாது. சிற்றிதழ் போக்கும் அப்படித்தான். தமிழகத்துக்கு போட்டியாக சிற்றிதழ்களை கொண்டுவந்து தங்களை இயங்கு நிலை இலக்கியப் பெருஞ்சிங்கங்களாக காண்பிக்க விரும்புகிறார்களே தவிர, அதன் அடர்த்தி பற்றி எந்தக் கரிசனையும் கிடையாது. ஆளுக்காள் மாறி மாறி சோப்பு போடுவதுபோல, இதழ்களைத் தொடங்கிய மடப்பள்ளியினர்களே ஏதேதோ எழுதிப் பக்கங்களை

நிரப்பிவிடுவதுடன் சரி. ஈழத்து எழுத்தாளர்கள் குறித்த சிறப்பிதழ்களைச் செய்யலாமே என்று கேட்டால், ஏதோ சம்பந்தரிடம் தீர்வு பற்றி கேட்டது போல முறைக்கிறார்கள்.

'இதையெல்லாம் ஜெயமோகனாவது சொல்கிறாரே' என்று புரிந்துகொள்ள முயற்சி செய்யாமல், 'போயும் போயும் ஜெயமோகன் சொல்வதா' என்று கோபத்தின் வழியாக ஈழத்து இலக்கியம் பீறிட்டுப்பாய்வதுதான் இங்கு பெருஞ்சோகம்.

(07/02/2019)

ஓய்வின் காலம் தெரிதல்

'சனத் ஜெயசூரியா' என்பது பெயர்ச்சொல் அல்ல, அது ஒரு வினைச்சொல். ஒரு காலத்தில் எங்களைப் பிணைந்தெடுத்துக் கொண்டிருந்த வெறித்தனமான பெயர்தான் சனத் ஜெயசூரியா. கிரிக்கெட் ஆட்டங்களைப் பார்க்கத்தொடங்கிய பால்ய காலத்தில் மிகப்பெரிய ஆதர்ஷமாக விளங்கியவர் சனத் ஜெயசூரியா.

அவர் விளையாடிய போட்டிகள் முதல் விளாசிய சிக்ஸர்கள் வரை அனைத்தும் இன்றைக்கும்கூட மனப்பாடம். இந்திய சுதந்திர தின கிண்ணத்துக்கான போட்டியின் இறுதி ஆட்டத்தில் ஆரம்ப துடுப்பாட்ட வீரராக இறங்கி கடைசிவரை ஆட்டமிழக்காமல் நின்று 151 ஓட்டங்களை விளாசிய போட்டியா - அல்லது அதற்கு முன்னால் 48 பந்துகளில் சார்ஜாவில் சதமடித்து சாதனை படைத்த போட்டியா - இல்லை, 340 அடித்துவிட்டு கங்குலியிடம் பிடி கொடுத்து ஆட்டமிழந்த போட்டியா அல்லது அபே குருவில்லாவின் பந்துக்கு 199 இல் ஆட்டமிழந்து சென்றதா எதுவென்றாலும் இன்றும்கூட துடுப்பொன்றைத் தந்தால் சனத் ஆட்டமிழந்த பாணியை அப்படியே ஆடிக்காட்டுமளவுக்கு ஜெயசூரியாவின் வெறிபிடித்த ரசிகனாகத் திரிந்த காலமது.

சனத்தை ரசிக்க தொடங்கிய பின்னர் அவர் விளையாடிய பழைய ஆட்டங்களையெல்லாம் SPORTS STAR மகஸீனை வாங்கிப் படித்து அவரது வரலாற்றை மனப்பாடம் செய்துகொண்டோம். யார் யாரெல்லாம் சனத்திடம் தொடர்ந்து அடி வாங்குவார்கள் என்பதற்கு ஒரு பெரிய லிஸ்டே எங்களிடம் அப்போதிருந்தது. அது மனோஜ் பிரபாகரில் தொடங்கி வெங்கடேஷ் பிரசாத் ஊடாகப் பெரிய பட்டியலாக நீளும். சயன்ஸ் ஹோலில் டியூஷனுக்கு போவதற்கு முன்னர் நண்பன் பிரதீப் வீட்டிலிருந்து மேட்ச் பார்க்கும்போதும் சரி, சண்முகம் அண்ணன் வீட்டிலிருந்து மேட்ச் பார்க்கும்போதும் சரி, எங்கள் வீட்டிலே பெருங்கும்பலாக இருந்து மேட்ச் கண்டு ரசிக்கும்போதும் சரி சனத் களத்தில் நிற்கிறார் என்றால் கண்கள் இமைக்காது. அவர் களத்தில் நிற்கின்ற இலங்கை அணியின் முதல் பதினைந்து ஓவர்கள்

வயிற்றில் புளி கரைக்கும். ஜெயசூரியாவுக்கு பந்து வீசப்படும் ஒவ்வொரு கணமும் சிறுநீர்பை வீங்கிச் சுருங்கும்.

ஒவ்வொரு பந்தையும் முகம் கொடுப்பதற்கு முன்னர் ஜெயசூரியா தனது துடுப்பை தொடையில் சாத்திவிட்டு இரண்டு பொக்கெட்டுகளிலும் பெருவிரல்களால் குத்தி ஏதோ செய்வார். (அவர் மயூராபதி கோயிலுக்கு வாறவர் என்றும் அங்கு அர்ச்சனை செய்த விபூதி சரையைத்தான் ஒவ்வொரு போட்டியின்போதும் பொக்கெற்றில் வைத்திருப்பவர் என்றும் சண்முகம் அண்ணை வீட்டில் மேட்ச் பார்க்க வந்தவன் ஒருத்தன் அப்போது சொன்னான். அதையெல்லாம் அப்போது பயங்கரமாக நம்பினோம். அவனே பிறகொருநாள் மேட்ச் பார்க்க வந்தபோது மஹேல ஜெயவர்த்தனவின் தகப்பன்தான் ஜே.ஆர்.ஜெயவர்த்தன என்றான். அதோடு கொஞ்சம் உசாராகிக்கொண்டோம்) கையுறையைக் கழற்றிவிட்டு மீண்டும் அணிந்துகொள்வார். காலுறைகளை இழுத்து சரிபண்ணுவார். பிறகு இரண்டு கால்களையும் அகட்டி வைத்து ஆடுகளத்தைத் துடுப்பினால் கொத்தோ கொத்தென்று கொத்துவார். வீசப்போகும் பந்துக்கு கொடுக்கப்போகும் அடியைத் தரையிலே அடித்து சரிபார்க்கிறார் என்று கதிரை நுனியிலிருந்து பார்த்துக் கொண்டிருப்போம். அடுத்த கணம், ஜெயசூரியா கொடுத்த அடியில் off side வழியாக பந்து மின்னல் வேகத்தில் தடுப்பாளர்களைக் கிழித்துக்கொண்டு பறக்கும்போது அந்த கறுப்பு சிங்கத்தை கட்டிப்பிடித்து கன்னத்தை கவ்விக் கொள்ளலாம் போல இருக்கும்.

அரவிந்தாவையெல்லாம் அப்போது விசாகன்தான் தூக்கிப் பிடித்துக்கொண்டிருப்பானே தவிர, எமக்கெல்லாம் சனத் தான். துடுப்பாட்டம் மாத்திரமல்ல, அவரது பந்து வீச்சையும்கூட ரசித்தோம். கங்குலி, ஷஹிட் அவ்ரிடி, ரொபின் சிங் என்று பெரியதொரு பட்டாளமே ஜெயசூரியா பந்து வீச வருகிறார் என்றால் ஏக குஷி ஆகிவிடுவார்கள். குழந்தைப் பிள்ளை ஒண்டுக்கிருப்பதுபோல ஜெயசூரியா வீசுகின்ற பந்தினை பவிலியனைத் தாண்டியும் சிக்ஸர் அடிப்பார்கள். ஆனால், நாங்கள் அவற்றையெல்லாம் எங்கள் வெற்றி நாயகனுக்காகக் கண்ணீருடன் பொறுத்துக் கொண்டோம்.

இவ்வாறு சனத் விளையாடிக்கொண்டிருந்தபோதே - ஒரு காலகட்டத்தில் - அவரது வயதோடிருந்த பலர் ஒவ்வொருவராக கிரிக்கெட்டிலிருந்து ஓய்வுபெறத் தொடங்கினார்கள். அந்தச் செய்திகள் எமக்குள் பேரிடியாக இறங்கத் தொடங்கின. இளைப்பாறும் இந்த வீரர்களின் வரிசையில் ஜெயசூரியாவையும் நாங்கள் இழந்துவிடப்போகிறோமா என்ற பயம் அப்போதுதான்

எமக்குள் துளிர்விட்டது. இவ்வளவுக்கும் பிற்காலகட்டத்தில் ஜெயசூரியா ஆடுகளத்தில் எதையுமே வெட்டிப் புடுங்கா விட்டாலும் அவரை இழப்பதற்கு மனம் சம்மதிக்கவில்லை. சந்தியில் சடைத்துக்கிடந்த பெருமரத்தைத் தறிப்பது போன்றதொரு உணர்வுதான் உள்ளுக்குள் எழுந்தது. ஆனால் எங்களது உணர்வை புரிந்துகொண்டாரோ என்னவோ, ஜெயசூரியாவுக்கு இளைப்பாறும் எண்ணம் இம்மியளவுக்கும் இருக்கவில்லை.

இலங்கை அணிக்குப் பத்து பேரை எவ்வாறு தெரிவு செய்வது என்பதுதான் அப்போது தெரிவுக்குழுவுக்கு வேலையாக இருந்தது. ஏனெனில் ஜெயசூரியா அணி வீரர்களின் பட்டியலில் நீண்ட காலமாக பாய் போட்டுப் படுத்திருந்தார். விளையாடினார் விளையாடினார் 41 வயது வரைக்கும் விளையாடினார். சங்கக்கார - மஹெல போன்றோருக்கு இவரை ஆரம்பத் துடுப்பாட்டக்காரராக வைத்து இனியெல்லாம் என்ன செய்வது என்று வெறுக்குமளவுக்கு விளையாடினார். விளையாடினார் என்று கூறுவதிலும் பார்க்க மைதானதுக்குப் போய்வந்தார் என்று கூறுவதுதான் சரி.

அவரது அந்திம காலத்தில்தான் ஒரு தடவை, மைதானத்தில் இலங்கை அணிக்கு எதிராகத் தமிழர்கள் குரல் எழுப்பி, எல்லைக் கோட்டுக்கு அருகில் நின்றுகொண்டிருந்த ஜெயசூரியாவைப் பார்த்துக் கத்தியபோது அவர் நடுவிரலைக் காண்பித்த சம்பவமும் நடந்தேறியது.

அவ்வளவுதான்!

எமக்குள் வீரபூருஷனாக வியாபித்துக்கிடந்த அந்த வீரனின் விம்பம் கொஞ்சம் கொஞ்சமாக உதிரத்தொடங்கியது. அவர் இல்லை என்றால் கிரிக்கெட்டே இல்லை என்று விரதமிருந்த நாள்கள் அனைத்தும் பின்னர் ஒரு காலத்தில் எமக்கு ஜெயசூரியாவினால் சபிக்கப்பட்டது போலானது. இலங்கை அணியின் ஆரம்பத் துடுப்பாட்டக்காரராக ஜெயசூரியா வருகிறார் என்றாலே 'ஐயோ-' என்று ஒப்பாரி வைக்குமளவுக்கு அவர் முற்றிலுமே வேண்டத் தகாதவராக நினைவுகளில் அலையத் தொடங்கினார். அவரது பழைய சாதனைகளைக்கூட எண்ணிப் பார்க்க விரும்பாத அளவுக்கு அவர் மீதான வெறுப்பு அதிகரிக்கத் தொடங்கியது.

வீரபுருஷர்களுக்கு எப்போதும் expiry date என்று ஒன்றுள்ளது. அந்த திகதியை அண்மிப்பதாகத் தாங்கள் உணருவதற்கு முன்னரே அவர்கள் களத்திலிருந்து அகன்றுவிட வேண்டும். முரண்டு பிடிப்பவர்களை வரலாறு ஒருபோதும் வாழ்த்தி வழியனுப்புவதில்லை.

அதுபோலத்தான், கலைஞர் கருணாநிதியின் மீது எத்தனையோ விமர்சனங்கள் இருந்தாலும் அவர் இன்று படுக்கையில் உழன்றுகொண்டிருக்கும் அந்த காட்சி ஒருகணம் ஜெயசூரியாவை ஞாபகப்படுத்திச் சென்றது. வயதின் மூப்போடும் நோயின் தாக்குதலோடும் போராடும் கலைஞரின் நிலை மிகவும் பரிதாபமாக இருந்தது ஒருபுறம். மறுபுறத்தில், அவரது உண்மையான நிலையை உணர்ந்தும்கூட சில அரசியல் வியாதிகள் 'தலைவா நீ மீண்டும் எழுந்து வந்து எங்களை வழிநடத்த வேண்டும்' என்று வீர முழக்கமிட்டுக் கொண்டிருப்பதையும் எப்போது அவரது மரணச்செய்தி வரும் என்று காவேரியின் வாசலில் ஊடகக் காரர்கள் காத்திருப்பதையும் காணும்போது பெரும்பழியாகக் கிடக்கிறது.

இலக்கியத்தின் நாயகனாக - அரசியலின் நாயகனாக - சாணக்கியத்தின் நாயகனாக விளங்கிய கருணாநிதியை இன்று சாவின் நாயகனாகவும் தத்தெடுப்பதற்கு ஊடகங்கள் படுகின்ற பாடு, அவை ஓயாது ஒலிபரப்பிக்கொண்டிருக்கும் Breaking News பின்னணி இசையின் வழியாக ஒப்பாரியாகவே கேட்டுக் கொண்டிருக்கிறது.

ஜிம்முக்கு வந்த டால்ஸ்டாய்

இன்றைய ஞாயிற்றுக்கிழமை, அதிகாலை எட்டு மணிக்கெல்லாம் படுக்கையைவிட்டு என்னை அப்புறப் படுத்தியிருந்தது. இளமஞ்சள் நிறத்தில் மெல்பேர்ன் வானத்தில் கதகதப்பான வெயில் வெளியே சீவித்துக் கொண்டிருந்ததை ஜன்னலால் பார்த்தபோது சாதுவான பொறாமை துளிர்த்தது. கூடவே அரைஅவுன்ஸ் அச்சமும் வந்தது. இன்னும் ஓரிருமணி நேரத்திலோ இல்லை சில நிமிடங்களிலோகூட இந்த மஞ்சள் கரைந்து மழையாகலாம். இந்த நீலவானம் இருண்டு கறுப்பாகலாம். சீக்கிரம் அருந்திக் கொண்டால்தான் உண்டு என்று உடற்பயிற்சிக்காகக் கிளம்பி வெளியில் வந்தேன்.

அப்போதுதான், மகரந்தத் துணிக்கைள் காற்றிலே பயணம் செய்யத் தொடங்கியிருக்கும் காலம் இது என்பது ஞாபகத்தில் வந்தது. எனக்கு அது புரிவதற்கு முன்னரே எனது மூக்கிற்குப் புரிந்துவிட்டது. மணிக்கு கிட்டத்தட்ட 150 முதல் 200 கிலோமீற்றர் வேகத்தில் நான்கைந்து தும்மல்கள் வெளியேறி முன் வீட்டில் கட்டாமல் வெளியில் மேய்ந்து கொண்டிருந்த நாயை வம்புக்கிழுந்திருந்தன. (சாதாரணமாக, ஆரோக்கிய மனிதன் ஒருவனின் தும்மலின் வேகம் மணிக்கும் 100 கிலோமீற்றர் என்கிறது விஞ்ஞானம்) பூந்தோட்டத்தில் புல்லுவெட்டிக் கொண்டிருந்த வெள்ளைக்காரப் பெண், தான் வளர்க்கும் நாயிலும் பார்க்க கேவலமாக ஒலியெழுப்பும் ஜீவன் ஒன்று முன் வீட்டில் இரண்டு காலில் நடந்து போவதை விநோதமாகப் பார்த்தார். உடனேயே வீட்டிற்குள் வந்துவிட்டேன்.

வழக்கம் போல உடற்பயிற்சிக் கூடத்துக்கே சென்று விடலாம் என்று காரை எடுத்துக்கொண்டு அங்கு சென்றால் வெளி வெயிலையெல்லாம் பொருட்படுத்தாமல் ஏகப்பட்டவர்களால் அது நிரம்பி வழிந்தது கொண்டிருந்து. உடற்பயிற்சியின் மூலம் இன்னமும் அதிக ஆண்டுகள் உயிர்வாழலாம் என்ற பேராசையுடைய பலர் அங்கு மூச்சிரைக்க ஓடிக்கொண்டிருந்தார்கள். இன்னும் சிலர் தாங்கள் உடற்பயிற்சி செய்வதை சமூக வலைத்தளங்களில் பகிர்வதற்காக வந்திருந்தார்கள். அவர்கள்

மிகவேகமாக அங்கிருந்த உபகரணங்களின் மீது ஏறி நின்று படுத்துக்கிடந்தெல்லாம் படங்களை எடுத்துவிட்டு, கார் சாவியை சுழற்றியபடி போய்க்கொண்டிருந்தார்கள்.

எல்லா விநோதங்களையும் கடந்து சென்று நான் நடை வண்டியில் ஏறினேன். வழக்கமான பாடல் பட்டியலை போனில் தட்டிக் கொண்டு போகும்போது தான், ஜெயமோகன் டால்ஸ்டாய் நினைவுப் பேருரை ஞாபகத்துக்கு வந்தது. முகநூல் பக்கமாக போய் உலாத்தி சுருதி டி.வி நண்பர்கள் பகிர்ந்து விட்டார்களா என்று பார்த்தேன். அதற்குள், சுமந்திரனின் சமஷ்டி தொடர்பான காணொலி, தோழர் வைதேகி நரேந்திரன் அவர்கள் ஐ.பி.ஸியில் ஆய்ந்திருக்கும் 'ஆழிசூழ் உலகு' வாசிப்பு அனுபவப் பகிர்வு போன்றவையும் கண்ணில்பட்டன. எல்லாவற்றுக்கும் மேலாக, தந்தி டி.விக்கு இந்தியாவில் வைத்து மகிந்த கொடுத்த பேட்டிகூட பார்க்கவேண்டியதாகத் துரத்தியது.

எல்லாவற்றையும் பின் தள்ளிக்கொண்டு ஜெயமோகனிடம் போனேன். ஒரு மணித்தியாலாம் நான்கு நிமிடங்கள். கேட்டு முடியும்போது எத்தனை கலோரி எரிந்திருக்கும் என்று கணக்கிட்டுப் பார்த்தேன். டால்ஸ்டாய் இறந்தும் வரம் கொடுப்பவராக மனதுக்குப்பட்டார். ஆரம்பித்தேன். அப்போதுதான், ஒருவர் வலப்பக்கமாக அருகிலிருந்த நடைவண்டியில் வந்து ஏறினார். அவரை நிச்சயமாக எனக்குத் தெரியும். ஆனால், என்னை ஏனோ அவரால் இனம் கண்டுகொள்ள முடியவில்லை. நேரில் பேசியதோ பழகியதோ கிடையாது. இப்போதுதான் முதன்முதலாக நேரில் காண்கிறேன். அவர் என்னை முகநூலில் முதன்முதலாக நட்பழைப்பு விடுத்து இணைத்திருந்தார். ஏற்றுக்கொள்வதற்கு முதல் அவரது முகநூல் பக்கத்துக்குப் போய்ப்பார்த்தேன். நன்றாக இறுக்கிக் கட்டியிருந்த பெல்ட்டினுள் தொப்பையை இழுத்துச் செருகியிருந்தார். அந்தப் படத்தை எடுக்கும் அக்கணத்தில் நிச்சயமாக மிகச் சிரமப்பட்டு அவர் மூச்சை அடக்கியிருந்திருப்பார். அப்பேற்பட்ட தியாகத்தில் விளைந்த அந்தப் படமும் அவரது நட்பழைப்பை ஏற்றுக்கொள்வதற்கு ஒரு காரணமாக அமைந்திருந்தது.

ஆனால், இன்று நேரில் கண்டபோது இறுக்கி வைத்திருந்த அந்தத் தொப்பை சுதந்திரமாக அலைய விடப்பட்டிருந்தது. அவருக்கு நிச்சயம் அறுபது வயதுக்கு மேலிருக்கும் என்பதை உடம்பின் சகல அம்ஸங்களும் வெளிப்பெயர்ந்திருந்தன.

இப்போது அவர் நடைவண்டியில் ஓடத் தொடங்கி யிருந்தார். நான் எப்போதும் அரைமணிநேரம் நடந்த பின்னர்தான் ஓடுவதற்கு ஆரம்பிப்பது வழக்கம். ஆனால், அவர் எடுத்த

எடுப்பிலேயே ஓடத் தொடங்கியது எனக்கு சற்று ஆச்சரியமாக இருந்தது. அவர் தனது காதுகளில் மாட்டியிருந்த திரிகளின் வழி பாடல் கேட்டபடிதான் ஓடிக்கொண்டிருந்தார். ஆனால், அவர் ஓடுகின்ற வேகத்தை வைத்துப் பார்க்கும்போது அவர் கேட்கின்ற பாடல் இளையராஜாவிடனுடைய பாடலாக இருக்கும் என்று கூட நம்பிக்கையை அளிக்கவில்லை. அவ்வளவுக்கு மித வேகத்தில் அலைந்தார். அவரது தொப்பை அதைவிட மிக மெதுவாக ஏறி இறங்கியது. அப்போது, அவர் என்னை சற்றுத் திரும்பிப் பார்த்தார். நான் அவரைப் பார்ப்பது தெரியாம லிருப்பதற்காக, அவருக்கு அப்பால் ஓடிக்கொண்டிருந்த பெண்ணை எட்டிப் பார்த்தேன். அவரது தொப்பையைவிட பெரிய மார்பகங்களோடு அந்தப் பெண் பயங்கரவேகத்தில் ஓடிக் கொண்டிருந்தார். வெள்ளைக்காரப் பெண்மணி என்ற காரணத்தினால் அவர் அனிருத் பாடல் எதையோ கேட்டுக்கொண்டுதான் ஓடிக்கொண்டிருக்கிறார் என்ற முடிவுக்கு என்னால் வர முடியவில்லை. அவர் மிகவும் வியர்த்துப் போயிருந்தார்.

காதுக்குள் ஜெயமோகன் ‘நீ மகிழ்ச்சியாகவும் உயர் விழுமியங்களையும் பேணுபவனாக இருப்பதற்கு சுயஒழுக்கம் தேவை என்று டால்ஸ்டாய் சொன்னார்’ என்றார். சட்டென்று முன்னே பார்த்துக்கொண்டு நடந்தேன்.

அப்போது, எனக்கு இடப்பக்கத்தில் எனக்கு மிக அருகாமையில் மெல்பேர்ன் மஞ்சள்வெயிலே ஆறடி உயரத்தில் நடைவண்டியில் நடந்துகொண்டிருந்ததைப் பார்த்தேன். ஓரக்கண்ணில் தெரிந்த அந்த மித உஷ்ணத்தை உணர்ந்து திரும்பிப் பார்த்தபோது, அவளும் அதே கணத்தில் என்னைப் பார்த்துக்கொண்டதாலோ என்னவோ அவளை நிலவுக்கு வர்ணித்துக்கொள்ள முடியவில்லை. அவள் நிச்சயம் சூரியன்தான். அந்தப்பார்வை மஞ்சள் வெயிலேதான்.

இப்போது ஜெயமோகன் ‘ஆன்ம விடுதலை என்பது மேலான ஒழுக்கத்தின் மூலம் தான் சாத்தியம்’ என்றார். எரிச்சலாக இருந்தது. ‘உனது நிறைவும் மீட்பும் இங்கேதான் இருக்கிறது என்கிறார் டால்ஸ்டாய்’ என்று தனக்கு துணையாக டால்ஸ்டாயை எனக்கு முன்னால் கொண்டு வந்துமிரட்டுவது போலவே இருந்தது.

அவள் இப்போது நடைவண்டியின் வேகத்தை அதிகரித்து விட்டு ஓடத் தொடங்கியிருந்தாள். அவள் கேட்டுக்கொண்டிருப்பது இன்னமும் இசையமைத்து இவ்வுலகத்தின் எந்தக் காதுகளுக்கும் ஒலிக்க விடப்படாத ஒரு சங்கீதமாக இருக்கவேண்டும். அவ்வளவு மிருதுவாக அந்த இசைக்கேற்றவாறு ஓடிக்கொண்டிருந்தாள். அந்த அதிர்வின் அயலில் நான் நடந்து சென்றுகொண்டிருந்த

காரணத்தில்தானோ என்னவோ, இரண்டு நிமிடங்களின் பின்னர் என்னை உணர்ந்து கொண்ட சமயத்தில் உலகத்திலேயே முதன் முதலாக ஜெயமோகனின் இலக்கியப் பேச்சைக் கேட்டு ஓடிக் கொண்டிந்த முயல் ஜென்மமாக என்னைக் கண்டுகொண்டேன்.

என்ன பெரிய ஆன்ம விடுதலை? ஜெயமோகனையும் டால்ஸ்டாயையும் திட்டிக்கொண்டே ஓடிக்கொண்டிருந்தபோது, பியரின் கதாபாத்திரம் தொடர்பாக ஜெயமோகன் சொல்லத் தொடங்கியிருந்தார். அவன் போருக்குப் போன கதையைச் சொன்னார்.

'ஒவ்வொரு நாளும் பல மைல் கணக்கில் நடந்து சென்று போருக்காகத் தயார் செய்யும் போர் வீரர்களோடு பயணம் செய்யும் பியருக்கு இரவில் ஒரு துண்டு இறைச்சி கொடுக்கப்படும். அதனை உண்டுவிட்டு உறங்குவதுதான் வேலை. காலையில் மீண்டும் நடை. நாள் முழுவதும் நடந்து களைத்த உடலுக்கு கிடைக்கும் அந்த இறைச்சித் துண்டும் இரவுத்தூக்கமும் அவனுக்கு இணையற்ற மகிழ்ச்சியைக் கொடுக்கிறது. அந்த மனநிறைவுக்கு அப்பால் வாழ்வில் எந்த மகிழ்ச்சிக்குமான தேவை இல்லை என்பதுபோல அவன் உணர்கிறான். அப்படியானால், வாழ்க்கையின் சாரம் இதுதான். மனநிறைவும் மகிழ்ச்சியும் இதுதான் என்ற முடிவுக்கு அவன் வருகிறான்' என்று சொன்னார்.

அப்போது அவள் தனது ஓட்டத்தை மெதுவாக்கியிருந்தாள். பஞ்சுபோன்ற துவாயை எடுத்து நெஞ்சைத் துடைத்து கழுத்தின் வழியாக களனிபோல ஓடியிருந்த வியர்வையாற்றுக்கு ஒத்தடம் கொடுத்துக்கொண்டாள். அந்தத்து வாய்கூட ரோஜா கலரிலிருந்தது. இப்போது எனக்குப் பின்புறமாக நடந்து சென்று வலப்பக்கமாக வந்தாள்.

'Lets go to the next session Appa'

'ச்சே... எவ்வளவு அழகான அந்த மனிதனை இவ்வளவு நேரமாக சிக்காமல் விட்டுவிட்டேனே'

அப்போது ஜெயமோகன் தனது பேச்சின் கடைசிக்கு வந்திருந்தார். 'டால்ஸ்டாய் இரண்டு வகையானவர். முதல் வகையானவர் ஒரு குரு. அவரைத்தான் காந்தி பெற்றுக்கொண்டார். இரண்டாவது வகையானவர் கதைசொல்லி. அவர்தான் வாழ்க்கையைச் சொல்கிறார். அதில் இறங்கி நாங்கள் வாழ்ந்துவிட முடியும்' என்று சொல்லி முடித்துக்கொண்டார்.

வெளியே இப்போது மேகங்கள் கறுக்கத்தொடங்கியிருந்தன.

(17.09.2018)

குரல் கொடுப்பது வேறு! 'கூ' அடிப்பது வேறு!

சமூகவலைத் தளங்களின் அசுர வளர்ச்சியும் அதில் அன்றாடம் நடைபெறுகின்ற அமிலப் புரட்சிகளும் உலகெங்கிலுமுள்ள நீதிக்கட்டமைப்புகளுக்கான தேவையை இல்லாமல் செய்து பல காலமாகிவிட்டது.

மரபார்ந்த ஆட்சிக் கட்டமைப்புக்களால் உருவாக்கப்பட்டு மக்களுக்கு நீதி வழங்குவதற்காக லத்தியோடு உலா வருகின்ற காவல் தரப்புகளே இன்று சமூக வலைத்தளங்களுக்குள்தான் தலையை விட்டுக்கொண்டு அதிலிருந்து தங்களது பணிகளை செம்மைப்படுத்துவதற்கு முக்கிக் கொண்டிருக்கிறார்கள். கடினமானதென்றாலும் ஏற்றுக்கொள்ள வேண்டிய உண்மை இதுதான்.

ஒருவனைக் குற்றவாளி என்று சந்தியில் நின்று உரக்கக்கூவிய ஒலிஅடங்கும் முன்னரே கேட்டுக்கேள்வியில்லாமல் குற்றஞ்சாட்டப்படுபவனை கல்லெடுத்து அடிக்கும் வேடுவ கலாச்சாரம் தான் இன்று தொழில்நுட்ப புரட்சியினால் சமூக வலைத் தளங்களில் நடைபெற்றுக்கொண்டிருக்கிறது.

இந்தப் பின்னணியில் இன்று நீதிமன்றமே குற்றமற்றவன் என்று அறிவித்த ஒருவனை சமூகவலைத்தளங்களால் கதறகதற குதறியெடுக்க முடிகிறது. அவனை வாழ்நாள் பழிகாறனாக்கி விடமுடிகிறது. இந்த வலைத்தளங்களிடம் அகப்பட்டு சின்னா பின்னமாகின்ற அந்த ஒருவனின் அவலக்குரலை இந்த சமூகம் கேட்டு ரசிக்கிறது, அல்லது ரசிக்க விரும்புகிறது. வெளியே கேட்க முடியாத அந்த அப்பாவியின் மனக்குளறல் எவராலும் கேட்க முடியாதது என்றாலும் அப்படியொரு வலியை ஏற்படுத்திக் கொள்வதிலும் அதன் மூலம் தங்களது புனிதங்களைக் கட்டியெழுப்பலாம் என்ற நம்பிக்கையோடும் போலியாக நெஞ்சு நிமிர்த்தி நிற்பதை இந்த சமூகம் உள்ளூர விரும்புகிறது.

இதுதான் இன்றைய சமூகமும், வட்ஸ்-அப் மூலமாகத் தங்களது அறிவை வளர்த்து வைத்திருக்கும் அதன் மண்டையும்.

இன்று பொதுவெளியில் நடைபெறும் எல்லா அசம்பாவிதங்களையும் இந்தத் தெளிவின் துணைகொண்டுதான் உற்று நோக்க வேண்டியிருக்கிறது.

தற்போது எழுந்திருக்கும் சின்மயி - வைரமுத்து விவகாரம் மாத்திரமல்ல, எந்த விடயத்தையும் சமூக வலைத்தளங்களின் கைகளுக்குள் கொண்டுவந்த அடுத்த கணமே அதற்கான நீதி துடிக்கதுடிக்க கொலை செய்யப்பட்டுவிடுகிறது. சமூக வலைத் தளங்களின் கைகளில் அகப்படும் எந்த விவகாரமும் ஒரு ஜனரஞ்சக விருப்புக்கு ஏற்ற தீர்ப்பையே வெளித்தள்ளுகிறது. எது தீர்ப்பு என்பதைவிட எது விரும்பத்தகுந்த தீர்வோ அதையே இந்த வலைத்தளங்கள் எழுப்பி சுயமைதுனம் செய்து மகிழ்கின்றன. அதுவே கடைசியில் முடிந்த முடிவாகவும் பிரகடனமாகி விடுகிறது.

முக்கியமாக, பாலியல் ரீதியான குற்றச்சாட்டெனப்படுவது நடுநிலையாக நீதி - நியாயத்தின் பக்கமிருந்து - பார்க்கப் படவேண்டியது என்ற கட்டாயம் எமது சமூகத்தில் எப்போதுமே இருந்ததில்லை. அந்தக் குற்றச்சாட்டு முன்வைக்கப்பட்ட அடுத்த நிமிடமே, அதற்கான நீதி பாதிக்கப்பட்டவராக கருதப் படுகின்றவரின் பக்கம் முக்கால்வாசி உடம்பைக் கிடத்தி வைத்து படுத்துவிடுகிறது. அதன் பின்னர், பாதிக்கப்பட்டவர் தனக்கு நேர்ந்ததை உறுதி செய்யவேண்டும் என்பதைவிட, தான் செய்யவில்லை என்று குற்றஞ் சாட்டப்பட்டவர் நிரூபிக்க வேண்டும் என்பதே கட்டாயமாகி விடுகிறது.

இந்த சீத்துவத்தில், சமூகவலைத்தளங்களும் இதற்குள் புகுந்துவிட்டால் காணும், நீதிதேவதை பிக்கினிபோட்டு நின்று ஆடுவாள். கண்ணில் கட்டியிருந்த துணியை எடுத்து இடையில் கட்டிக்கொண்டு அவள் ஆட, சமூகவலைத்தளங்கள் அதற்கு ஏற்ப சொடக்குப் போட்டுக் கூவ, எல்லாம் முடியும்போது ஒரு அப்பாவியினதும் நீதியினதும் மரணம் உறுதி செய்யப்பட்டிருக்கும். அந்த விவகாரத்துக்காக குரல் கொடுப்பதாக நின்றாடிய போலிகள், தமது அடுத்த நாடகத்துக்கு அரிதாரம் பூசப்போயிருப்பார்கள்.

இன்றுவரை, சமூக வலைத்தளங்களில் தாங்கள் கொண்ட நிலைப்பாட்டோடு சமரசம் செய்யாமல் - தொடர்ந்து போராடு கின்ற கொள்கைவீரர்கள் யாரையாவது காட்டுங்கள் பார்க்கலாம். எது நடைபெறுகின்ற போதும் அதனைத் தங்களது அரசியலுக்கு ஏற்ப வடித்துப் பார்த்து, அதன் பின்னரே அதற்கு குரல் கொடுக்கிறார்கள். அல்லது 'கூ' அடிக்கிறார்கள். இரண்டுமே குரல்தான். அந்த வகையில் அவர்கள் திருப்தியடைந்து கொள்வார்கள்.

தற்போது கிளர்ந்து படர்ந்திருக்கும் இந்த #Metoo விவகாரம் தமிழகத்தை வந்தடைவதற்கான அந்த ராகுகாலத்தை நான் பலகாலமாகவே பொறுத்திருந்து பார்த்துக்கொண்டிருந்தேன். அது வரும்போது, அது ஏற்படுத்தப்பட்ட உண்மையான காரணம் கதறகதற பலியெடுக்கப்படும் என்று நிச்சயமாக நம்பினேன். அந்த விவகாரம் வெறும் பழிவாங்கும் தாக்குதலாகவும் அடிப்படையே இல்லாத சேறடிப்பாகவும் காணப்படும், காழ்ப்பின் உச்சமாக சீழ்பிடித்து நாறும் என்றும் உறுதியாக நம்பினேன். அதுவே தற்போது நடைபெறுகிறது.

விழிப்புணர்வு என்பது வேறு அதன் அடிப்படையில் பெறப்படும் நீதி என்பது வேறு. விளம்பரத்தின் ஊடாகவும் தன்னிலை சார்ந்த தேவை கருதியும் மேற்கொள்ளப்படும் நீதி வேட்டையானது சமூக மட்டத்தில் எந்த நன்மையையும் ஏற்படுத்தி விடாது. அது வெறும் பரபரப்பு அவ்வளவுதான். செக்க சிவந்த வானமும் *'96'* என்ற படமும் வந்து ஓடிக்கொண்டிருக்கும் போது நித்தியானந்தாவின் பேச்சும் அதேயளவு செறிவோடு சமூக வலைத்தளங்களில் பகிரப்படுவதையும் பேசப்படுவதையும் எந்த வகையில் பார்க்கிறோம் என்ற தெளிவுள்ளவர்கள் தற்போதைய #Metoo விவகாரத்தை நன்றாகவே புரிந்துகொள்வார்கள்.

உலகெங்கிலும் உள்ள ஆண்குறிகளில் விறைப்பெடுத்த கணங்களை கணக்கெடுக்கும் இந்த அற்ப போராட்டங்களி லிருந்தும் சுய தேவைகளுக்காக ஆண்களை விபச்சாரர்களாக வர்ணித்து தங்களின் புனிதங்களுக்கு போலிவேடம் கட்டுபவர் களிடமிருந்தும் தொலைவில் உண்மையிலேயே பாதிக்கப்பட்டு கண்ணீரோடு குமுறிக்கொண்டிருக்கும் சகோதரிகளுக்காக நீதியைப் பெற்றுக்கொடுப்போம்.

(15/10/2018)

கருணாநிதிக்கு அஞ்சலி!

'பாலைவன ரோஜாக்கள்' என்றொரு திரைப்படம் 1986 இல் வெளியாகியிருந்தது. மலையாளத்தில் எடுக்கப்பட்ட திரைப்படத்தின் சாயலாக மணிவண்ணன் தமிழில் எடுத்த படம். அரசியல் எள்ளல் (Political satire) நிறைந்த திரைப்படம். அரசியலில் உள்ள சகல கறுப்பு பக்கங்களையும் அம்பலப் படுத்துகின்ற துணிச்சல் மிகுந்த பத்திரிகையாளர் கதாபாத்திரத்தை மையமாகக் கொண்டு எடுக்கப்பட்ட படம். அதே காலப்பகுதியில் வெளியான ரஜினியின் 'மாவீரன்' மற்றும் கமலின் 'புன்னகை மன்னன்' படங்களுக்கு மக்கள் மத்தியில் கிடைத்த பேராதரவை எல்லாம் எதிர்த்து நீச்சலடித்து 'பாலைவன ரோஜாக்கள்' தனக்கென்று ஒரு முத்திரை பதித்தது மட்டுமல்லாமல் கதாநாயகன் சத்யராஜுக்கு அந்தப் படம் பெயர் சொல்லும் வெற்றிப்படமாக அமைந்தது. இந்தப் படத்தில் ஏற்பட்ட மணிவண்ணன் - சத்யராஜ் கூட்டணி தான் பிற்காலத்தில் 94 இல் வெளியான - மிகப்பெரிய அரசியல் கலாட்டா திரைப்படமான - அமைதிப்படைக்குப் பெரும் அடித்தளமாக அமைந்தது.

இந்த திரைத்துணுக்கை ஏன் இங்கு குறிப்பிட வேண்டி யிருக்கிறது என்றால், பாலைவன ரோஜாக்களின் இமாலய வெற்றிக்குப் பெரும்பங்களிப்பாக அப்போது கொண்டாடப்பட்ட விடயம் கலைஞர் கருணாநிதி அந்தப் படத்துக்கு எழுதிய வசனமும் கதாபாத்திரங்களை தனது எழுத்துகளின் வழியாக அவர் சிருஷ்டித்திருந்த விதமும் ஆகும். கருணாநிதியின் வசனங்கள் அந்த திரைப்படத்தில் மிகப்பெரியளவில் வரவேற்பைப் பெற்றிருந்தன.

இந்தப் பதிவுக்கு முத்தாய்ப்பாக இந்தத் திரைப்படத்தை இங்கு குறிப்பிடவேண்டியதன் முக்கிய காரணம், தான் உருவாக்கிய திரைக்கதையில் நாயகன் சத்தியராஜுக்கு கருணாநிதி கொடுத்திருந்த பெயர் 'சபாரத்தினம்.'

எண்பதுகளில் தமிழகத்தின் அரவணைப்பை நாடிய ஈழவிடுதலை இயக்கங்களை ஆளுக்காள் தத்தமது அரசியல்

வாசனைகளுக்கு ஏற்ப வாஞ்சையுடன் கட்டித்தழுவிக் கொண்ட போது எம்.ஜி.ஆரை சீண்டுவதற்காகவே கருணாநிதி கைகொடுத்த இயக்கம் TELO என்பது எல்லோருமே அறிந்த வரலாறு. டெலோவைத் தத்தடுத்து அதன் தலைவர் சிறி சபாரத்தினத்தை செல்லப்பிள்ளையாக்கிய கருணாநிதி அதன் வழியாக ஈழவிடுதலை ஆதரவுத் தளம் ஒன்றை உருவாக்குவதற்கு தமிழகத்தில் நடத்திய மாபெரும் 'டெஸோ' மாநாட்டில் தமிழர்களுக்கு சுயநிர்ணய உரிமை கோரி தீர்மானம் நிறைவேற்றியது இன்னொரு வரலாறு.

அதற்குப்பிறகு இடம்பெற்ற சம்பவங்களையும் கருணாநிதி அவர்கள் ஈழ விடுதலைப் போராட்டத்தில் வகித்த பங்களிப்பு குறித்தும் இன்று முகநூலில் ஏகப்பட்ட சண்டைகள், எண்ணி லடங்காத சச்சரவுகள் அவரது சாவைச்சுற்றி நடைபெறுகின்றன. கருணாநிதி மாத்திரம் நினைத்திருந்தால் ஈழத்தை எடுத்துக் கொடுத்திருக்கலாம் என்று ஈழத்தமிழர்களில் ஒரு தொகுதியினர் இந்தப் போராட்டத்துக்காகத் தம்மை ஈந்தளித்த மாவீரர்களையே கொச்சைப்படுத்துகிறார்கள்.

என்னைப் பொறுத்தவரை - முள்ளிவாய்க்கால் பேரழிவை கலைஞரை உரஞ்சிப் பார்ப்பதற்கான பாசித்தாள் போல பயன்படுத்திப் பார்ப்பது போல மிகப்பெரிய முட்டாள்தனம் வேறொன்றுமில்லை. வல்லரசுகள் முடிவு செய்து முடித்துவைத்த ஒரு போரில் கலைஞர் பதவி துறந்திருக்கவேண்டும் என்று இப்போதும்கூட கூறிக்கொண்டிருப்பது சுத்த பைத்தியக்காரத் தனம். அதுவும் ஈழத்தமிழர்கள் இன்னும் இன்னும் அதை வலியுறுத்துவது நாங்கள் இன்னமும் வரலாறைப் புரிந்துகொள்ள வில்லை என்பதையே எடுத்துக்காட்டுவதாக அமையும். குடும்ப ஆட்சி, ஊழல் குற்றச்சாட்டு ஆகியவற்றை முன்வைத்து கலைஞர் பதவி விலகியிருக்கவேண்டும் என்று தமிழக மக்கள் கேட்பது வேறு, ஈழத்தமிழர்கள் கேட்பது வேறு.

இந்த இரண்டையும் போட்டு குழுப்பியடித்து கலைஞரை காலாதி காலமாக ஈழத்தமிழர்களுக்கு எதிரான விம்பமாக கட்டியமைத்தவர்கள் ஈழத்தமிழர்களை வைத்து தமிழகத்தில் பிழைப்புவாத அரசியல் நடத்துபவர்களே தவிர வேறு யாருமல்லர். அவர்கள் கொடுத்த கயிற்றை இன்றுவரை ஈழத்தமிழர்களின் ஒரு பகுதியினர் விழுங்கிக்கொண்டிருக்கிறார்கள் என்பது பெரும் சோகம்.

இதற்கு சிறியதொரு உதாரணம் - பார்வதியம்மாள் விவகாரம். நோயுற்றிருந்த ஈழத்தவர்கள் எத்தனையோ பேரை

காதோடு காது வைத்ததுபோல தமிழகத்துக்கு எடுத்து சிகிச்சை யளிப்பதற்கு உதவி செய்வதற்கு ஒத்துழைத்துக் கொண்டிருந்த கருணாநிதி அரசில், பார்வதி அம்மாள் போகின்ற போது வைகோ கும்பல் தகவலை எப்படியோ முன்கூட்டியே அறிந்துகொண்டு விமானநிலையத்தில் வந்து நின்று அடித்த குஸ்தியால்தான் சகலதும் சாம்பாரானது என்பதை எவராலும் மறுக்கமுடியுமா? சொல்லுங்கள்.

முள்ளிவாய்க்கால் பேரவலத்தின்போது பொதுமக்களையாவது காப்பாற்றுவதற்கு கருணாநிதி நடவடிக்கை எடுத்திருக்கலாமே என்று கூறுகின்ற நாங்கள், மலேசியாவில் சென்று கே.பியுடன் பேசிய பின்னர் பொதுமக்களைக் காப்பாற்றுவதற்கு மேற்குலகம் பரிந்துரைந்த 108 பக்கங்கள் அடங்கிய திட்டத்தை ஒற்றை வரியில் 'முழுதாக நிராகரிக்கிறோம்' - என்று பதிலளித்த விடுதலைப் புலிகளின் தலைமையை இதுபோல விரல் நீட்டுவதற்கு தயாராகி யிருக்கிறோமா? சொல்லுங்கள்.

ஈழ விடுதலைப் போராட்டத்தை இன்று ஒரு புள்ளியிலிருந்து திரும்பிப் பார்க்கும்போது - அதில் உதவி செய்ய வந்தவர்கள் எல்லோரும் ஏதோ ஒரு வகையில் தவறிழைத்தார்கள் என்கிறோம். அவ்வாறு தவறிழைத்த எங்களில் ஒருவராக கருணாநிதியும் வாழ்ந்து மறைந்திருக்கிறார். அவ்வளவுதான்.

சாவின் மூலம் வரலாறு எல்லோரையும் விடுதலை செய்யும் என்ற சாத்தியத்தை நம்புகின்றவர்கள் கருணாநிதியையும் வணங்கி விடைகொடுப்போம். கலைஞர் கருணாநிதி அவர்களுக்கு ஆழ்ந்த அஞ்சலிகள்!

காலா

ஈழத்தில் பிறந்து பிரான்ஸின் ஏதோ ஒரு ஆழத்தில் புகையிரதத்தில் போய்க்கொண்டிருந்த சுருக்கர் சில மணிநேரங் களுக்கு முன்னர் தொலைபேசியில் அழைத்தார். பாசத்தை தவிர வேறு எந்த பாயாசத்தையும் பரிமாறத் தெரியாத பட்டுப் போன்ற மென்மையான இதயம் கொண்ட சுருக்கர் இன்று வழக்கத்துக்கு மாறாக குரலை உயர்த்தி கதைக்கத் தொடங்கினார்.

'இண்டைக்கு நாங்களா நீங்களா என்று பாத்துடுவோம்ல' என்றார்.

இரண்டு நிமிடங்களாக ஆஸ்திரேலிய இறையாண்மையே புண்படும்விதமாக எக்கச்சக்கமாக திட்டித்தீர்த்தார். 'பிதுக்கி எடுத்துடுவோம்ல' என்று சொல்லி முடித்த அந்த அலங்காரச் சொல்லுக்குப் பிறகுதான், ஓ... இண்டைக்கு நடைபெறவுள்ள ஆஸ்திரேலிய - பிரான்ஸ் உதை பந்தாட்ட போட்டியை முன்னிட்டுத்தான், துரை இவ்வளவு புரட்டுப் புரட்டுகிறார் என்று புரிந்துகொண்டேன்.

'விடுங்க சுருக்கர்... ஆஸ்திரேலியக்காரன் இப்பதான் உதை பந்தாட்டத்தில தவழுற கொழந்தை. நீச்சல், கிரிக்கெட், ரக்பி அப்பிடியெண்டா பரவாயில்லை. பெடியள் ஏதோ சமாளிப்பாங்கள். வெல்லத் தெரியாவிட்டாலும் 'உரஞ்சியாவது' பிழைப்பு பண்ண தெரிஞ்சவங்கள். உதை பந்தாட்டத்தில - அதுவும் பிரான்ஸ் அணியோடெல்லாம் எங்களுக்கு ஏன் சோலி' என்று கதையை வெட்டினேன்.

சுருக்கருக்கு சொன்ன மாதிரியே, அந்த கொடூரத்தைப் பார்க்க வேண்டாமே என்றுவிட்டு - எல்லோரும் பார்த்துத் தேய்ந்த நிலையில் இன்னமும் ஓடிக்கொண்டிருக்கும் - 'காலா' பட தியேட்டரை நோக்கிய விஜயம் ஒன்றை மேற்கொண்டிருந்தேன்.

நான் போவதாக அறிந்தவுடன் என்னோடு இன்னும் மூன்று ஷமூக விரோதிகளும் படத்துக்காக இணைந்துகொண்டார்கள்.

'இது சமூதாய எழுச்சி படம் என்று சொல்லியிருக்கிறார்கள், உங்களுக்கு இந்த படத்தை பார்ப்பதில் பிரச்சினை ஒன்றும்...' என்று இழுக்கும் முன்னரே... அதெல்லாம் பிரச்சினை இல்லை, தாங்களும் ஆஸ்திரேலியாவில் புரட்சி செய்துகொண்டிருப்பவர்கள் தான் என்று அந்த மூன்று ஷமூக விரோதிகளும் மண்டைய மண்டைய ஆட்டினார்கள். இவர்களுக்கு பகலிலேயே பசுமாடு தெரியாது, இரவிலையா எருமை மாடு தெரியப்போகுது என்ற சலிப்போடு 'காலா' அரங்குக்குப் போனேன்.

அங்கு போனவுடன், என்னைப்போலவே காலாவை முதலில் புறக்கணிப்பதற்காகத் திமிறிக்கொண்டு நின்ற 'அடிமை தேசிய இனத்தின் தமிழ் பிள்ளைகள்' நால்வர் இருட்டுக்குள் பம்மிக் கொண்டிருந்தார்கள். படம் தொடங்குவதற்கு சில நிமிடங்களுக்கு முன்னர் இன்னும் ஐந்தாறு 'அடிமை தேசிய இனத்தின் தமிழ் பிள்ளைகள்' பதுங்கி பதுங்கி வந்து நுழைந்துகொண்டார்கள். படம் தொடங்கியது. முன்னுக்கு இருந்த இன்னொரு ஷமூக விரோதியின் ஷம்பூ போட்ட மண்டை படம் பார்க்கவிடாமல் மறைத்துக்கொண்டே இருந்தது. அந்த மண்டையை ஒருவழிக்கு கொண்டு வருவதற்கு முதல் கொஞ்சப்படத்தை ரஞ்சித் சொல்லி முடித்துவிட்டார். அதற்கு பிறகுதான் மிகுதிப் படத்தைப் பார்க்கத் தொடங்கினேன்.

'நாயகன்' படத்தை ரஜினி நடித்த ஒரு பிரமிப்பு. அவ்வளவு தான். நாயகனில் கமலை கதைப்படி போட்டுத்தள்ளிய மணிரத்னம், தளபதியில் ரஜினி விடயத்தில் கை வைக்க இயலாமல் போனது ஒருவிதத்தில், ரஜினியை சுற்றியிருந்த கதாநாயக விம்பம்தான். ஆனால், அதற்கு அப்பாலும் போய் ரஜினியை தனது கதைக்குள் உருட்டுக்கட்டையால் போட்டு துவைத்து எடுத்திருக்கிறார் ரஞ்சித். அதற்காகவே அவருக்கு பெரியதொரு பாராட்டைச் சொல்லலாம். மற்றும்படி, ரஜினிக்கே உரித்தான screen presence, சில இடங்களில் தனது நடிப்பாற்றலினால் அடித்து ஆடியிருக்கும் அவரது திறமை, இந்தக் கதையை வெளிக்கொண்டு வருவதற்கு போடப்பட்டிருக்கும் உழைப்பு அனைத்துக்கும் பெரியதொரு 'ஓ' போடலாம். படத்தின் கடைசியில் தலைவர், இசைப்பிரியா போன்ற படிமங்களை உள்ளே நுழைத்திருப்பது உண்மையிலேயே goose BOMBS!

ஈஸ்வரிராவ் - வாவ்.

'ராமன் அப்துல்லா' படத்தை சந்திரன் மினி சினிமாவில் விசாகனுடன் பார்த்த ஞாபகங்களை திரையில் வந்துவுடனேயே கிளறிவிட்டார். அருமையான நடிப்பு.

படத்தின் ஆரம்பமும் முடிவும் பெரிய தொய்வு என்பதுதான் எனது கணிப்பு. மனைவி மற்றும் மகனை இழந்த பின்னர் வில்லன் வீட்டுக்குப் போயிருந்து ரஜினி கூல் ட்ரிங்க்ஸ் குடித்துவிட்டு வருவது போன்ற உப்புச்சப்பில்லாத காட்சிகளிலும் கொஞ்சம் கூடுதல் கவனம் செலுத்தியிருந்தால் படத்தை இன்னமும் மெருகூட்டியிருக்கலாம்.

ரஜனிக்கு ஆயிரம் ரஞ்சித் கிடைக்கலாம். ஆனால், ரஞ்சித்துக்கு ஒரேயொரு ரஜினிதான் கிடைப்பார் என்ற உண்மையைப் புரிந்து கொண்டு தன்னால் இயன்றளவு செய்தியை இந்தப் படத்தில் சொல்லியிருக்கிறார் ரஞ்சித். பலருக்கு முன்னுதாரணமும் ஆகியிருக்கிறார். அவருக்கு மீண்டும் வாழ்த்துகள்.

படம் முடியும் முன்னரே ஒருசில ‘அடிமை தேசிய இனத்தின் தமிழ் பிள்ளைகள்’ அரங்கைவிட்டு பறந்துவிட்டார்கள். நான் மூன்று ஷமூக விரோதிகளையும் அள்ளிக்கொண்டு வெளியே வந்தபோது, அதில் ஒருவன் இப்படி கேட்டான்-

‘ரஜினியை தலைவர் மாதிரி ரஞ்சித் காட்டியிருக்கிறார். அப்ப, சமுத்திரகனிதான் பொட்டம்மானா?’

புர்கா தடை

தங்கள் அடையாளங்களை முற்றாக மறைக்கும் வகையிலான ஆடை அணிவதற்குத் தடை விதிப்பதை நான் முற்றுமுழுதாக ஆதரிக்கிறேன். இன்று அறிவிக்கப்பட்டுள்ள புர்கா மீதான தடையும் அவ்வாறானதொரு நடவடிக்கையெனில் அது வரவேற்கப்பட வேண்டியதே. ஆனால், அதனை சிறிலங்கா அரசு கையாண்டிருக்கும் விதம்தான் மிகக்கேவலமானது.

பௌத்த சமயத்துக்கு முன்னுரிமை கொடுத்து நாட்டின் அரசமைப்பினை உருவாக்கிக்கொண்டிருக்கும் ஒற்றைப்படையான அரசுக் கட்டமைப்பொன்று, தனது நாட்டிலுள்ள இன்னொரு மதத்தின் பாரம்பரிய அடையாளமொன்றுக்குத் தடை விதிப்பதற்கான உரிமையைக் கையிலெடுத்துக்கொள்வதை ஒருபோதும் ஏற்றுக் கொள்ளமுடியாது.

புர்கா என்பது இஸ்லாமிய மதம் சார்ந்த விடயமெனில் அது அந்த மதம் சார்ந்தவர்களிடம் அறிவிக்கப்பட்டு அவர்களின் ஊடாகவே அந்த நடவடிக்கை எடுக்கப்பட்டிருக்கவேண்டும்.

நயினாதீவு விகாரையிலிருக்கும் பிக்கு காவி உடுத்தக்கூடாது என்று வடமாகாண சபை தீர்மானம் நிறைவேற்றினால் இந்த அரசு என்ன செய்திருக்கும்?

அதுபோலத்தான் இதுவும்.

புர்கா விவகாரம் தற்போது சிறிலங்காவில் ஏற்பட்டுள்ள பாதுகாப்பு அச்சத்துடன் தொடர்புடைய விவகாரம் அல்ல. எந்த வகையிலும் தொடர்பில்லாத விடயம் என்பதே உண்மை. தற்போது அறிவிக்கப்பட்டிருக்கும் புர்கா தடையானது ஒரு சமூகத்தின் மீதான பொது அச்சத்தின் அப்பட்டமான வெளிப்பாடு. இதனை ஒரு அரசாங்கம் - நாட்டிலேற்பட்டிருக்கும் குண்டு வெடிப்புகளுடன் தொடர்புபடுத்தி - அறிவித்திருப்பது வெட்கக்கேடானது.

புர்கா தடை ஒரு சமூக விழுமியத்தின் மீது கை வைத்திருக்கும் வன்முறை மாத்திரமல்லாமல், இன்னும் எத்தனை

ஆண்டுகள் சென்றாலும் சிறிலங்கா முஸ்லிம் சமூகமானது இந்தத் தடையைத் திரும்பிப்பார்க்கும்போதெல்லாம், அது நாட்டில் இடம்பெற்ற குண்டு தாக்குதல் சம்பவத்துக்கு தாங்கள் தண்டிக்கப்பட்டது போன்ற ஆறாத வடுவையே அவர்களுக்கு ஏற்படுத்தும். வடக்கிலிருந்து அவர்கள் வெளியேற்றப்பட்டதைவிட ஆயிரம் மடங்கு வலியை அவர்களுக்கு ஏற்படுத்திக் கொண்டே யிருக்கும். இந்தத் தடையை நாட்டின் பாதுகாப்புக்காகத் தாங்கள் செய்து கொண்ட அர்ப்பணிப்பாக முஸ்லிம் சமூகம் பார்க்கப் போவதே யில்லை.

மிகுந்த உணர்வுமயப்பட்டதொரு விடயத்தில் மொக்குத் தனமாக சிறிலங்கா அரசு சதிராடிவைத்திருக்கிறது.

இது உண்மையிலேயே சிக்கலான விடயம்தான். மிகுந்த சிக்கல் நிறைந்தது. ஆனால், அதற்குத்தான் அரசாங்கம் என்ற வகையில் பல வழிகள் - வாய்ப்புகள் - அதிகாரங்கள் இருக்கின்றன. அதனை இது விடயத்தில் பயன்படுத்தியிருக்க வேண்டும். அதற்கு அதிகாரத்திலிருப்பவர்களுக்கு கொஞ்சமாவது மண்டை வளம் வேண்டும்.

இது முஸ்லிம் சமூகத்துடனான நீண்ட பேச்சுகள் - அமர்வுகள் - கலந்துரையாடல்கள் என்பவற்றின் ஊடாகச் செய்திருக்கப் படவேண்டியது. முஸ்லிம் சமூகமே புர்கா விடயத்தில் முடிவெடுக்கவும் அதற்கான மாற்று வழிகளைத் தெரிவு செய்து கொள்வதற்குமான உரிமையை கொடுத்திருக்கவேண்டும். இதனைத்தான் ஜனநாயத்தில் பன்மைத்துவம் (pluralism) வெளிப்படைத் தன்மை (transparency) பொதுமைப்படுத்தல் (inclusiveness) என்றெல்லாம் அழைக்கப்படுகிறது.

சீதனம் வாங்குவதைக் குற்றமாக அறிவிப்பதற்கு ஆஸ்திரேலி யாவில் தொடங்கப்பட்டிருக்கும் ஒரு மக்கள் கலந்தாய்வுப் பொறிமுறை பல மாதங்களாக இன்னமும் இடம்பெற்றுக் கொண்டுதானிருக்கிறது. சீதன விடயத்தில் பஞ்சாப் மக்கள் மத்தியில் எத்தனையோ குடும்பவன்முறைகள் இங்கு இடம்பெற்று கொலைகள் வரை சென்று முடிந்திருக்கின்றன. அதற்காக, இங்கே உடனே சீதன முறையைக் குற்றமாக அறிவித்து மிச்சக்காசு வாங்காமல் வந்தவர்களையும் அரசாங்கம் தூக்கி உள்ளே போட்டு விடவில்லை.

பாரம்பரியமாக எத்தனையோ வழக்கங்களை எல்லா சமூகங்களும் கேட்டுக்கேள்வியில்லாமல் பின்பற்றிவருவதொன்றும் புதிதல்ல. அவை அந்தந்த சமூகங்களின் அகவயமான இசைவாக்கம் சார்ந்தவை. ஆனால், இன்று எல்லைகளற்ற உலகமாக மாறிக்

கொண்டிருக்கும் நவயுகத்தில் அந்த வழக்கங்கள் மற்றையவர்களுக்கு இடைஞ்சலாகவும் - பாரதூரமானதாகவும் அமையுமென்றால், அந்த வழக்க விதிகள் மீள்பரிசீலனை செய்யப்பட வேண்டும்.

ஒவ்வொரு சமூகமும் தங்களது அடையாளங்களையும் வழக்கங்களையும் எவ்வளவு மூர்க்கமாகக் கடைப்பிடிக்கிறார்கள் என்பதை வைத்து அவர்களை ஏனைய சமூகங்கள் மதிப்பிடுவதில்லை. அந்த அடையாளங்கள் ஏனையவர்களால் எவ்வளவு தூரம் பின்பற்றக்கூடியதாக உள்ளன என்பதன் அடிப்படையில் தான், அந்த வழக்கங்களுக்குரிய மதிப்பும் மாண்பும் உயர்கிறது.

ஆனால், இந்த ஒட்டுமொத்தச் சிக்கலையும் பரந்ததொரு அறிவுத்தளத்தில் வைத்துப் பரிசீலிக்காமல், தனது சிந்தனையை சினமன் கார்டன் ஹோட்டல் கண்ணாடித்துண்டுகளின் வழியாகப் பார்த்ததன் மூலம் சிறிலங்கா அரசு மிகப்பெரிய வரலாற்று தவறை இழைத்திருக்கிறது.

(30.04.2019)

கறுப்பினப் போராளி ஹென்றி ஒலங்கா

ஹென்றி ஒலங்கா. கிரிக்கெட் வீரன் என்ற ஒற்றைச் சொல்லுக்குள் சொருகி வைத்துவிட முடியாத மிகப்பெரிய போராளி. அல்லது ஓயாத போராளி என்றுகூடச் சொல்லலாம். கிரிக்கெட் உலகின் மிகப்பெரியதொரு இடத்தை தொடப் போகிறது என்ற பெரும் நம்பிக்கையுடன் எதிர்பார்க்கப்பட்ட ஸிம்பாப்வே அணியின் முதலாவது கறுப்பினவீரன். சச்சினை அடுத்தடுத்து இரண்டு பந்துகளில் ஆட்டமிழக்கச் செய்த பந்து வீச்சாளன். அது எப்படியென்றொரு ஆச்சரியக் கேள்வி எழலாம். சார்ஜா போட்டியொன்றில் ஒலங்காவின் பந்துக்கு சச்சின் caught behind. ஆனால், அது no ball. அடுத்த பந்து வீசினார் ஒலங்கா. அதிலும் சச்சின் out! அடுத்த போட்டியில் ஒலங்காவை சச்சின் 'வச்சு செய்தது' வேறு கதை.

ரணதுங்க தலைமையில் சிறிலங்கா கிரிக்கெட் அணி மிளிர்ந்து கொண்டிருந்த அதே காலப்பகுதியில் உலகக் கிண்ணத்தை சுவீகரித்துக் கொள்ளக்கூடிய அனைத்து தகுதிகளுடனும் பெரிய பெரிய அணிகளையே மிரட்டிக் கொண்டிருந்தது ஸிம்பாப்வே அணி. பயங்கரமானதொரு கலைத்து அடிக்கும் அணி (Chasing team) என்ற அசுர சக்தியுடன் வியாபித்துக் கொண்டிருந்தது. Heath Streak எனும் அபார வேகப்பந்து வீச்சாளன். ஆரம்ப துடுப்பாட்டக்காராகவும் ஆரம்ப பந்துவீச்சாளராகவும் கலக்கிய Neil Johnson. Reverse Sweep பாணி துடுப்பாட்டத்தில் இப்போதுள்ள Dlishan - Petersen - Maxwell போன்ற எல்லோருக்கும் மாதாவாக திகழ்ந்த Andy Flower என்று அடுக்கிக்கொண்டே செல்லக்கூடிய மிகப்பிரமாதமானதொரு அணி. ஆனால், அரசியல் ஊடுருவல் அணித் தெரிவுக்குள் தனது நீண்ட மூக்கை நுழைத்தது. அவ்வளவுதான் எல்லாம் தொலைந்தது. பொல்லாத முகாபேயின் இரும்புப் பிடியினால் வெருண்ட கிரிக்கெட் வீரர்கள் கட்டுப்பாட்டு சபையிடம் இராஜினாமா கடிதத்தைக் கொடுத்துவிட்டுத் தெறித் தோடினார்கள்.

மறுபுறத்தில், முகாபெயின் ஆட்சியின் கீழான மனிதஉரிமை மீறல்களையும் அட்டகாசங்களையும் கண்டித்து ஹென்றி

ஒலங்காவும் சகவீரர் ஆண்டி ப்ளவரும் கறுப்புப் பட்டியணித்து போட்டிகளில் கலந்துகொண்டார்கள். ஸிம்பாப்வேயில் செத்துப்போன ஜனநாயகத்தை தாங்கள் உலகிடம்கூறி ஒப்பாரி வைப்பதாக அகோரமான யுத்தமொன்றை அமைதியாக நிகழ்த்தினார்கள். உலக ஊடகங்களில் Olanga- Flower இரட்டையரின் போராட்டம் பற்றிக்கொண்டது. இப்போது இடம்பெறுவதைப்போல ஒரு hashtag போட்டு போராட்டத்தை உலகெங்கிலும் கொண்டு செல்லக்கூடிய வீரியங்கள் எதுவும் அப்போது இருந்ததில்லை. களத்தில் இறங்கி வாளுக்கு கழுத்து தெரிகிறது என்பதை பூரணமாகத் தெரிந்துகொண்டும்கூட கைகளை உயர்த்திப் போராடுவதே போராளியாவதற்கான ஒரேவழி.

போராட்டத்தைக் கேள்விப்பட்ட முகாபேக்கு மூக்கு புடைத்தது. ‘ஒருகறுப்பினத்தவனாக இருந்து கொண்டு கறுப்பின ஆட்சிக்கு எதிராக உலக அரங்கில் போய் நின்று போராட்டம் செய்து தனது மானத்தை வாங்குகிறானா’ என்று ஒலங்காமீது கடுப்பானார். ஒலங்காவுக்கு எதிராக தேசத்துரோகக் குற்றச்சாட்டு பதிவு செய்து பிடியாணை பிறப்பிக்கப்பட்டது.

ஒலங்கா பிரிட்டனுக்கு அரசியல் தஞ்சம்கோரி ஓடினார். அதற்கு முன்னரே 1995ஆம் ஆண்டு பந்துவீச்சு சர்ச்சையால் எறிபந்து வீசுகிறாரா என்று சோதனை செய்வதெற்கென்று அடிலெய்டுக்கு வந்தபோது, அங்கு உடற்பயிற்சி ஆசிரியை ஒருவருக்கும் ஒலங்கா கண்களால் பந்து வீசிக்காட்டினார். விக்கெட் விழுந்தது. திருமணம் செய்துகொண்டார். பிரிட்டனுக்கு தஞ்சம் கோரிச் சென்ற பின்னர் அவரது மனைவி அங்கே சென்று சேர்ந்துகொண்டார்.

காலம் உருண்டது. கிரிக்கெட்டிலிருந்து கொஞ்சம் கொஞ்சமாக விலகிய ஒலங்கா, பாரம்பரிய இசை கற்கத் தொடங்கினார். மிகக் கடினமான மேற்கத்தேய இசையெனப்படும் Opera பாடக்கூடிய திறமையாளரானார். நெருப்பு பாடகராக லண்டன் அரங்குகளிலும் கலக்கினார்.

2016 இல் ஆஸ்திரேலியாவுக்குத் தனது குடும்பத்தோடு குடிபெயர்ந்து கொண்ட ஒலங்கா, ஆஸ்திரேலிய Channel 9 தொலைக்காட்சியின் The Voice <https://www.facebook.com/hashtag/the_voice?source=feed_text&epa=HASHTAG> போட்டி நிகழ்வில் கலந்து கொள்ள விண்ணப்பித்தார். தெரிவானார். நேற்று மேடையில் தோன்றி முழுத்தேசத்தையும் கிறங்கடிக்கும் குரலால் சதமடித்தார். பாடல் முடிந்தபின்னர் அவர் கண்களில் அப்படியொரு பிரகாசம். செஞ்சுடர் வீசிய அவர் கண்களில் நெஞ்சுரம் கொண்ட பெரும்

திறமையும் அந்த ஓர்மமும் எரிதணலாய்த் தெரிந்தது.

போட்டியாளர்களைப் பாராமல் குரல் பிடித்துக் கொண்டால் மாத்திரம் கதிரையை திருப்பி, தங்களது அணிக்கு போட்டியாளர்களைத் தெரிவு செய்யும் (blind audition) நிகழ்ச்சியில் நான்கு நடுவர்களினது கதிரைகளும் ஒலங்காவின் பாடலுக்காகத் திரும்பியது. தங்களது அணிக்கு வருமாறு நான்கு நடுவர்களும் கெஞ்சினார்கள்.

அசத்தினான் தலைவன்!

போராட்டங்களுக்கான களங்கள் மாறினாலும் தான் யார் என்பதைத் தொடர்ந்தும் இந்த உலகுக்கு சொல்லிக் கொண்டேயிருப்பவன் தான் போராளி. அதனை செய்து காட்டினார் ஒலங்கா.

Hats off to my Hero!

(31.05.2019)

கராட்டி

தோழி ஒருவர் இரண்டு வருடங்களாக கராட்டி வகுப்புக்குப் போய் வருகிறார். அவர் நல்ல உயரமும் நீளமான கால்களையும் கொண்டவர். கராட்டி பழகாமலேயே ஒருவித விறைப்பான பார்வையினால் தன்னை நெருங்கிவராத ஆண்களுக்கும்கூட பயத்தை ஏற்படுத்தவல்லவர். கராட்டி வகுப்புக்கு செல்வதற்கான சிறப்பு உடைகளை வாங்குவதற்கு கணவரிடம் பணம் கேட்ட போது அவரும் மனமுவந்து தனது வங்கி அட்டையை எடுத்துக் கொடுத்திருக்கிறார். மனைவி வீட்டில் இல்லாத எந்தப் பொழுதையும் மிகவும் ரசித்து அனுபவிக்கும் தகமை கொண்ட அவருக்கு, கராட்டியின் மீதான தனது மனைவியின் திடீர் ஆர்வம் பரவசத்தைக் கொடுத்திருந்தது. அதனை உடனடியாக வெளிக்காட்டிக் கொள்ளவில்லை. ஆனால் உள்ளுக்குள் கீச்சுகீச்சு மூட்டி விட்டதுபோல பரம சந்தோஷத்தில் துடித்தார்.

வங்கி அட்டையை வாங்கிச்சென்ற தோழி கராட்டி வகுப்புத் தேவையான ஆடைகளை மாத்திரமல்லாமல் கூடவே இரண்டு சேலை, ஷல்வார் போன்ற வஸ்திரங்களையும் உருவி வந்திருக்கிறார். அட்டையைக் கொண்டுபோய் கராட்டியின் பெயரால் ஆட்டையைப் போட்டு வந்த மனைவியின் மீது மெல்லிய கோபம் வந்தாலும், எதிர்காலத்தில் ஓரிரு மணிநேரம் தனக்குக் கிடைக்கப்போகும் அமைதியை - நிம்மதியை - ஆனந்த தருணங்களை - அதி அற்புத உணர்வுகளை - பணம் கொடுத்துக் கொள்முதல் செய்து கொண்டதாக உள்ளுக்குள் தன்னைத்தானே சமாதானம் செய்து கொண்டார்.

வாரத்துக்கு மூன்று நாட்கள் என்ற கணக்கில் கராட்டி வகுப்பு போய் வந்த தோழி வீட்டிலும் உதைந்து பார்ப்பதற்கு 'உதை பை' ஒன்று தேவைப்படுவதாகக் கூறியிருக்கிறார். அதற்கான சிறப்புப் பையைத் தேடி வாங்கி வந்து கராஜிற்குள் கட்டித் தொங்கவிட்டிருக்கிறார் எங்களது அமைதி விரும்பி.

வீட்டிலும் வகுப்பிலுமாக மாறி மாறி உதைந்து கைகால்களை உதறிக்கொண்டு திரிந்த தோழி, மூன்று மாதங்களில் முழுமையான

சந்திரமுகியாக மாறி கனவிலும் எழுந்து நின்று ‘கூய்.....சீய்......’ என்று குழறத்தொடங்கிவிட்டார். முதல் இரண்டு நாட்களாக தலையணையைக் கொண்டுபோய் முன் ஹோலில் போட்டு தூங்கிய கணவருக்கு, பிரச்சினை ஓய்ந்த மாதிரி தெரியவில்லை.

மறுபுறத்தில், தோழியின் திறமைகளைப் பார்த்த கராட்டி மாஸ்டர் தன்னிடம் வந்த தம்மா துண்டுகளுக்கு கராட்டி பழக்குவதற்கு அவர்களைத் தோழியிடம் அனுப்பியிருக்கிறார். வீடு முழுவதும் கராட்டிக் கூட்டத்தினால் கறிக்கடை மாதிரி சத்தம். இரவு பகலாக அடி - உதைதான்.

பெரியதொரு போர்க்களத்தின் நடுவில் இவர் மாத்திரம் வரம்பில் குந்தியிருந்து பீடி அடித்துக்கொண்டிருப்பதுபோல உணர்ந்துகொண்டவர், தானும் கராட்டி பழகலாம் என்று முதல் தடவையாக கராட்டி மாஸ்டரைத் தேடி அவரது வீட்டுக்குப் போயிருக்கிறார். கராட்டி மாஸ்டரின் வீட்டுக்காரரர் பின்வளவில் பெரியதொரு கட்டில் போட்டிருந்து ‘அன்னா கரீனினா’ படித்துக் கொண்டிருந்தார்.

தோழியின் கணவர் அவருடன் ஒரு மணித்தியாலம் 43 நிமிடங்கள் பேசியதில் கிடைக்கப்பெற்ற தகவல்கள்:

தான் ஏழு தடவைகள் முழுமையாக ‘அன்னா கரீனினா’ படித்து முடித்ததில் இன்னமும் தனக்கு அன்னாவின் பிரச்சினை சுத்தமாக விளங்கவில்லையாம், தனது மனைவி தன்னை முகநூலில் ப்ளொக் பண்ணியதைப்போல.

அவர் தோழியின் கணவரிடம் ஒரே ஒரு கேள்விதான் கேட்டார். அத்தோடு இவர் அங்கிருந்து கிளம்பிவிட்டார்.

‘நீங்களும் கராட்டி வகுப்புக்கு உடுப்பு வாங்குவதற்கென்று வங்கி அட்டையைக் கொடுத்தீர்களா?’

(11.10.2019)

தவம் கலைந்த முனிவர்கள்

கொத்து கொத்தாகப் பிளந்து அவிக்கப்பட்ட சிக்கன் துண்டுகள் புரட்டி எடுக்கப்பட்ட புரியாணிக்கான வரிசையில் அவர் நின்றுகொண்டிருந்தார் அவருக்கு பின்னால் பத்தோ பதினைந்தாவது ஆளாக நான் நின்றுகொண்டிருந்தேன். 'பார்த்த விழி பார்த்தபடி பூத்துக்கிடக்க' - என்பதுபோல முன்னுக்கு நிற்பவர்களின் மண்டைகளுக்குள் நான் பதுங்கிக் கொண்டு நின்றேன். அவர் எப்படியும் என்னைக் கண்டுவிடக்கூடாது என்று மிகுந்த சிரமப்பட்டேன். ஆனால், முயற்சி பலிக்கவில்லை. அவர் கண்டுகொண்டதை உறுதிசெய்த பின்னர் அவர் கண்களையே பார்த்துக்கொண்டு நின்றேன். கண்களைப் பார்க்காவிட்டால் முன்னுக்குத் தள்ளிக்கொண்டு நிற்கும் அவரது தொப்பையைத் தான் பார்க்கவேண்டும். அது அவ்வளவு ஒழுக்கமான காரியமாக இராது. ஆக, அவர் கண்களைப் பார்த்தபடி நின்றேன்.

அவருக்கு என்னை பார்த்ததில் அல்லது தான் நின்று கொண்டிருக்கும் வரிசை தொடர்பான குற்ற உணர்ச்சியாக இருக்கவேண்டும். நான் நினைத்தளவுக்கு பெரிதாகச் சிரிக்கவில்லை. சாதுவாக சலாம் வைத்துக்கொண்டார்.

சில மாதங்களுக்கு முன்னர் ஜிம்மில் அவரைக் கண்டிருக்கிறேன். ஒரு மாதத்திற்குள் எப்படியாவது தனது தொப்பையை அடியோடு குறைத்துவிடவேண்டும் என்ற விரதத்தோடு அங்கு வந்திருந்தார். பயிற்சி செய்து தொப்பையைக் குறைப்பதற்கு முன்னரே குறைந்தது அரைமணி நேரமாவது எனக்கு வகுப்பெடுப்பார். இடுப்பை நெளிக்கவேண்டும். புஜத்தை முறுக்கவேண்டும். நெஞ்சைத் தள்ள வேண்டும் என்று ஏகப்பட்ட அபிநயங்களை செய்து காண்பிப்பார். இயன்றளவு காதுக்குள் பாட்டுக்கயிறைச் செருகிவிட்டு அவரிட மிருந்து தப்பிக்க நினைத்தாலும் விடமாட்டார். தனது மகளின் 21 ஆவது பிறந்தநாள் கொண்டாட்டத்தில் தான் அம்சமாக நிற்கவேண்டும் என்பது இலட்சியமென்றார். இளமையான மனைவியுள்ளவர்களுக்கு வருகின்ற இயல்பான பிரச்சினைதான். உடம்பை குறைப்பதற்கு தன்னிடம் புதுவித புரதச்சத்துத்தூள் இருப்பதாக ஒருநாள் கூறினார். எனக்கும் தருவதற்கு வீட்டுக்கு

வரச்சொன்னார். அவரது வீட்டுக்கு ஆஜராவது பல காரணங்களுக்கு உதவக்கூடும் என்று ஒருநாள் போயிருந்தேன்.

கதவைத் தட்டினால் உள்ளே எந்த சத்தத்தையும் காணோம். திடீரென்று உள்ளே யாரோ தவண்டுகொண்டே கதவை நோக்கி ஓடிவருவதுபோல சத்தம் கேட்டது. அவரது மனைவி கதவை திறந்து 'வாங்கோ வாங்கோ' என்றார். நான் நினைத்தது சரியாகவே இருந்தது. 'திருவாளர் புரதம்' வாசல் கதவுக்கு ஐந்தடி தூரத்தில் தான் நின்றிருக்கிறார். ஆனால், அவரால் கதவை திறக்கமுடியாமல் போய்விட்டது. ஏனெனில், சுவரில் பல்லிபோல அவர் தலைகீழாக வீட்டுப் பயிற்சியில் நின்றுகொண்டிருந்தார். எனக்கு காண்பிப்பதற் காகவேதான் இந்தக் கோலமா அல்லது உண்மையிலேயே உழைக்கிறாரா என்று தெரியாமல் நான் ஆச்சரியத்துடன் பார்க்க 'வாரும் வாரும் இரும்' என்று கண்களால் சைகை காட்டினார். தனது கணவர் தன்னம்பிக்கையுடன் தலைகீழாக நின்று கொண்டிருப்பதைப் பார்த்துக்கொண்டு பரவசத்தோடு அவர் மனைவி உள்ளே எனக்கு தேநீர் வார்க்கப் போனார்.

அப்போது சொல்லிவைத்தாற்போல, அவரது மகள் ஏற்கெனவே தகப்பன் கூறிய புரத டப்பாவுடன் வெளியே வந்தாள். நெருக்கமான தோள்கள். மெல்பேர்ன் வானமே இறங்கிவந்து வளைந்து கிடப்பதுபோல கருமையான இமைகள். வீட்டுக்குப் போட்டிருந்த ரீசேர்ட் என்றாலும் எடுப்பாக இருந்தது. அப்போதுதான் முழுகியிருக்கவேண்டும். தலைமுடிகள் கிளை நதிகள்போல ஒட்டியபடியிருந்தன. துவாயைப் பிடரியில்போட்ட கொண்டையில் சுற்றியிருந்தாள். அதே நிறத்திலான துவாய்தான் திரு.புரதம் ஜிம்முக்கு வரும்போது கொண்டுவருவதை கவனித்திருக்கிறேன். குடும்பமே ஒரு துவாயில்தான் துடைத்துக் கொள்கிறதா? சில வேளைகளில் தள்ளுபடி விலையில் டசின் கணக்காக வாங்கி யிருக்கலாம் அல்லவா. என்னை நானே சமரசம் செய்துகொண்டேன். அதிகம் நாங்கள் ஆளையாள் பார்க்கவோ பேசவோ விரும்பினாலும் தலைகீழாக ஒரு நந்தி எமக்கிடையில் நோட்டம் விட்டுக் கொண்டிருப்பதால் தவிர்த்துக்கொண்டோம்.

ஒருநாளைக்கு ஒரு தரமாவது அந்த புரதத்தூளை கரைத்துக் குடிக்கும்படி அவர் சொன்னார். பரியாரி போல கையில் அந்தத் தூளைக் கொட்டி மணந்துவேறு காண்பித்தார். 'திறம் சாமான்' என்று மூடியை இறுக்க மூடி திரும்பவும் கையில் தந்தார். அவரது மனைவி கையில் தேநீரோடு ஓடிவந்தார். குடிக்கும்போது மேல் கண்களால் பார்த்தேன். அவரது தலையிலும் அதே நிறத்திலான துவாய்தான்.

மகளின் 21 ஆவது பிறந்தநாள் எப்போது நடந்தது என்று தெரியவில்லை. ஆனால், இரண்டு வாரத்திற்குப் பிறகு அவரை ஜிம் பக்கம் காணவில்லை.

பல மாதங்களுக்கு பிறகு இப்போதுதான் அவரை புரியாணி வரிசையில் காணக்கூடியதாக இருந்தது. புரத டப்பாவோடு திரிந்தவர், அந்த விரதம் எல்லாவற்றையும் முடித்துக்கொண்டு வழக்கமான புரியாணிப்பக்கம் திரும்பியிருக்கிறார் என்பது புரிந்தது. அப்போது அவருக்கு அருகிலேயே நின்றுகொண்டிருந்த அவரது மகளைக் கண்டேன். அதிர்ந்துபோனேன். என்னைப்போல இரண்டு பேர் கட்டியணைத்தாலும் பிடிக்கமுடியாதளவுக்கு பெருத்துப்போயிருந்தாள். கன்னத்தில் தசைகள் தொங்கியபடி நம்பமுடியாதளவுக்கு வீங்கிப்போயிருந்தாள். அவளது தாயும்கூட அதே சைஸ்தான்.

இப்போதைக்கு அந்த வீட்டில் அந்த துவாயைத்தவிர எதுவுமே ரசிக்கும்படியாக இருக்காது என்பது உள்ளே அசரீரியாக கேட்டது.

ஆனால், இவ்வளவுக்கு பின்னரும் தன்னம்பிக்கை குன்றாமல் புரியாணி வரிசையில் நின்றுகொண்டிருந்ததும் அவர்களுக்கு இணையாக நானும் ஒருவனாக அதில் கலந்துகொண்டிருந்ததும் எனக்குப் பெருமையாக இருந்தது. அவர்கள் தட்டை நிரப்பிக் கொண்டு போக, புரியாணியை எடுப்பதற்கான எனது முறை வந்தது.

'எனது நரம்பில் துடிக்கும் முதுகெலும்பே...'

அள்ளிக் கொட்டிக்கொண்டேன்.

கரண்டியே கலகலவென்று சிரித்தது.

(ஜூன், 12 - 2019)

உணவில் திருவிழா

"சிறிலங்கன் உணவுத் திருவிழா" என்ற சித்திரை மாத சாப்பாடு கச்சேரியொன்று வருடா வருடம் மெல்பேர்னில் நடைபெறுவது வழக்கம். முன்பெல்லாம் மெல்பேர்னின் மிகப்பெரிய கலாச்சார விழாக்களில் ஒன்றாக இதில் பல்லாயிரக் கணக்கானவர்கள் கலந்துகொள்வார்கள். கடைபோட்டு லாப மீட்டுவதற்கென்றே இலங்கையிலிருந்து தேர்ச்சி பெற்ற கொத்து மாஸ்டர், அப்ப வித்துவான்கள் எல்லாம் விஸா போட்டு அழைக்கப்படுபவார்கள். திருவிழா நாளன்று சிங்கக்கொடிகள் எங்கும் பறக்கும். பெரிய பெரிய தாச்சிகளில் பல கடைகளின் பின்னால்வைத்து கறிகள் சூடாக்கப்படும். சிங்களப் பிரதேசங்களின் மிகப்பிரபலமான தெருவோர உணவுப்பண்டங்கள் எல்லாம் தருவிக்கப்பட்டு பரிமாறப்படும். சிறிலங்காவில் உற்பத்தியான பொருட்கள் என்ற பெயரில் தும்புத்தடி தொடக்கம் பல சாமான்கள் விற்கப்படும். நடுவிலே மேடை போட்டு 'பைலா' நடனங்களும் இடம்பெறும். தாமரைகளை ஏந்திய நடன தாரகைகள் தங்களினால் அதிகம் வளைக்கக்கூடியது கண்களா அல்லது இடுப்பா என்று போட்டிபோட்டு நெளிந்து நெளிந்து நடனம் படைப்பார்கள். அப்பம், கொத்து ஆகியவற்றுடன் இந்த நடனத்தையும் சூடாக ரசிப்பதற்கு பலர் வாய்பிளந்து நிற்பர். எப்போது சிரித்தாலும் எடுப்பாகத் தெரியும் பேரிளம் சிங்களப்பெண்கள் தங்கள் பேரீச்சம் பழக்கண்களால் தின்றுவிட்டுப் போவர். SRI LANKA என்றுபோட்ட ரீ சேர்ட் அணிந்து கொண்டிந்தால் சிரிப்பில் கூடுதலாகக் கொஞ்சம் சுளிப்பிருக்கும்.

இவையெல்லாம் ஒரு காலம்.

ஆனால், நேற்று பழைய நினைப்பில் அங்கு போனால் எல்லாமே காய்ந்துபோய்க் கிடந்தது. கறித்தாச்சிகளின் அளவும் மிகவும் சிறுத்துப்போயிருந்தது. வந்த கூட்டமும்கூட ஏனோ தானோ என்று எதையாவது வாங்கிக் கொறித்துக்கொண்டிருந்தது. கொத்தென்றும் அப்பமென்றும் ஐந்தாறு கடைகள் ஆங்காங்கே கிடந்து ஏதோ தங்களால் முடிந்தளவுக்கு விற்பனையில் வீரம்

காட்டுவதற்கு முக்கிக்கொண்டிருந்தன. வரிசைகள் நீண்டிருந்தனவே தவிர, அதற்கு ஏற்றாற்போல எந்தச் சாப்பாட்டிலும் ருசி இல்லை. சிறிலங்கா சாப்பாட்டுக்கு பழக்கப்படாதவர்கள் அதைக்கூட அகன்ற கண்களால் உண்டவண்ணமிருந்தனர்.

எனது விருப்பத்துக்குரிய Sri Lankan Street Food என்ற பதார்த்தத்தினை சாப்பிட்டால், அதில் உப்புமில்லை உறைப்புமில்லை.

வந்த குற்றத்துக்கு சாப்பிடலாம் என்று அந்தக் கோப்பையோடு போராடிக்கொண்டிருந்தபோதுதான், வெள்ளைப் பெண்மணியொருத்தி தனது நாயோடு வந்து கொத்து வாங்கிச் சாப்பிடுவதற்கு மரநிழலுக்காக என்னோடு ஒதுங்கினாள். அவளது நாய் என்னைப் பார்த்த மாத்திரத்திலேயே வாலை ஆட்டியது. எனக்கு வாலிருந்திருந்தால் நானும் ஆட்டியிருப்பேன். அவ்வளவு அழகான நாய். இருந்தாலும் வழக்கம்போல பெண்ணைப் பார்த்தே சிரித்தேன். கறுப்புக்கண்ணாடி உயர்ந்து இறங்கும் வகையில் அவளும் அழகாகச் சிரித்தாள்.

'Hi, are you Sri Lankan?'

'Ya, but Thamizh'

நாயிற்கு கொஞ்சம் கொத்து ரொட்டியை ஊட்டிவிட்டாள். பிறகு அதே கரண்டியால் தானும் கொஞ்சத்தைக் கிண்டி வாயில் போட்டாள்.

அவள் சிறிலங்கனுக்கும் தமிழுக்கும் என்ன வித்தியாசம் என்று கேட்டால், 'கல் தோன்றி முள் தோன்றி' என்று தொடங்கி ஒரு வாங்கு வாங்கலாம் என்று எதிர்பார்த்தேன். ஆனால், திறமைசாலி அத்தோடு கதையை நிறுத்திவிட்டாள்.

பழசுகளை மறக்காதவளாக சிறிய வயதில் போட்ட அழகான அந்தக் காற்சாட்டையை இப்போதும் அணிந்திருந்தாள். எரித்துக் கொண்டிருந்த வெயில்கூட அவள் மீது விழுந்து வழுக்கி விடக்கூடியளவு முக்கால்வாசி வெளித்திருந்த அவளது உடற் பாகங்கள் மினுங்கியபடியிருந்தன. அவளது கண்களைப் பார்ப்பதற்கு எதேட்சையாக திரும்பியபோது அவள் தனது கேசத்தைக் கோதி அது தனது அழகின் முகவரிகளில் ஒன்று என்பதை எனக்கு உணர்த்துவதற்கான முயற்சியில் ஈடுபட்டிருந்தாள். அப்போதென்று பார்த்து காலடியில் அந்த நாய் எனது காலை நக்கியது. எனக்கு வாழ்க்கையில் இரண்டு விடயங்கள் கண்ணில் காட்டவேகூடாது. ஒன்று பெரிய நாய். மற்றையது சிறிய நாய். ஆம் மொத்தத்தில் நாயே பிடியாது. ரெண்டாவது இப்போது காலடியில் கடுப்பைக்

கிளப்பிக்கொண்டிருந்தது. ஆனால், உணர்ச்சிவசப்பட்டு விடமுடியாது.

'அப்புறம், இங்கு சாப்பாட்டுத் திருவிழா நடைபெறுவதாக எப்படித் தெரியும்' என்று வேண்டுமென்றே ஒரு கதையை உருவாக்கியபடி ஓரடி பின்னால் வந்தேன்.

தனக்கெதுவும் தெரியாது என்றும் அந்த வழியால் நாயை மேய்த்துக்கொண்டு வரும்போது உள்ளே சனத்தைக் கண்டதால் நுழைந்து பார்க்கலாம் என்று வந்ததாகவும் கூறினாள்.

இப்போது, கீழே குனிந்து பார்த்தேன். அவளது கரண்டியிலேயே தானும் உணவுண்ணும் திமிர் அந்தக் குட்டிநாயின் கண்களில் தெரிந்தது. என்னை ஒரு ஏளனமாகவும் பார்ப்பது போலிருந்தது.

அப்போதென்று பார்த்து, 'கொஞ்சம் ஜூடொவை பார்த்துக் கொள்கிறாயா, இவன் வெயில் தாங்கமாட்டான். தண்ணீர் போத்தல் வாங்கி வந்துவிடுகிறேன்' என்று கையில் பிடித்திருந்த நாயின் கயிற்றை என்னிடம் தரப்பார்த்தாள். ஒரு பெண் கேட்பதற்குமுதலே இரக்கம் காண்பிக்கும் வகையில் 'புரோகிராம்' செய்யப்பட்ட இந்த மனம், வாய்விட்டுக் கேட்டுவிட்டால் சும்மா இருக்குமா? கண்களைக் கறுப்புக்கண்ணாடி மறைத்திருந்தாலும் அவள் கெஞ்சியது மிகப்பிராமதமாக இருந்தது.

பதில் சொல்லாமலே கயிறை வாங்கிக்கொண்டேன். அவள் துள்ளிக்கொண்டு ஓடினாள்.

'நீதான் அந்த ஜூடோவா...'

கண்ணை ஒருமுறை சிமிட்டியது. என்னிடம் இல்லாதது ஒன்று தன்னிடம் உள்ளது என்பதைக் காட்டி என்னை கேலி செய்வதுபோல திரும்பவும் வாலை ஆட்டியது.

அப்போது தொலைபேசி அழைப்பொன்று வர, எடுத்துப் பேசிவிட்டு, நினைவு வந்ததும் கீழே பார்த்தால் நாயைக் காணோம். ஒரு கணம் எனது கவனம் திரும்பியதால் கடுப்பாகி அது பறந்துவிட்டது. இப்போது குட்டைக் காற்சட்டைக்காரி வந்து கேட்டால்...?

புதுவருடத்தன்றே ஓட்டம் தொடங்கட்டும் என்ற பிரார்த்தனையோடு மிகவேகமாக நடக்கத்தொடங்கினேன். திரும்பியே பார்க்கவில்லை. பாசிமணி, ஊசிகள் விற்கும் கடை, பழக்கடைகள், பொதுக்கழிப்பிடங்கள் எல்லா இடங்களையும் தாண்டி நடக்கத் தொடங்கினேன். அரைமணி நேரமாக எங்கெங்கோ

எல்லாம் சுத்தியடித்துவிட்டு, கார்விட்ட இடத்தை மீண்டும் தேடிப்பிடிப்பதற்கு பெரும்பாடாகிவிட்டது. அவள் எங்காவது நின்று என்னைப் பார்த்து நாய் எங்கே கேட்டுவிடுவாளோ என்பதுதான் உள்ளுக்குள் என்னை துரத்திக்கொண்டேயிருந்தது.

காரில் வந்து ஏறுவதற்கு கதவைத் திறந்தால் காலடியில் ஏதோ ஈரம். ஜூடோ நக்கியபடி நின்றிருந்தது. அப்போது அது அவளை விடவும் அழகாகத் தெரிந்தது.

(13.04.2019)

தோழர் ரேணுகா

இற்றைக்கு முப்பத்து சொச்சம் ஆண்டுகளுக்கு முன்னர் இலங்கையின் பளை பிரதேசத்தில் இடம்பெற்ற சம்பவம் இது.

ஒரு நாள் காலை, மெல்லிய புயல் என்று செல்லமாக அழைக்கக்கூடிய மிதவேகக் காற்றொன்று திடீரென்று மூசி வீசியது. யோகி பாபு தலைபோல சடைத்திருந்த அக்கிராமத்தின் அத்தனை மரங்களும் அசாதாரணமாக ஆடத்தொடங்க, வீட்டுக் குள்ளிருந்தவர்கள் அனைவரும் வெளியில் ஓடி வந்து வானத்தைப் பார்த்தார்கள். 'அண்ணாந்து' என்று வேண்டுமானால் நீங்கள் போட்டு வாசியுங்கள். அப்போது மணல் அலம்பிய கால்களில் இன்னமும் மண்துகள்கள் ஒட்டியபடி கிடக்க சிறுவன் ஒருவன் புளியடிப்பாதை வீதியால் வேகமாக ஓடிவந்தான். வேகமாக என்றால் வீசிய காற்றைவிட வேகமாக ஓடிவந்தான் என்று சொல்லலாம். ஓடி வந்தவன் புளியடிப்பாதை கடந்து வந்து, ஒரு சந்தியில் நின்றபடி ஒரு அரிய செய்தியை உரத்த குரல் எடுத்துச்சொன்னான். அப்போதும் அவன் மூச்சிரைத்துக் கொண்டுதானிருந்தான். கரையான் வேலியில் எறிந்த சளியில் மிச்சம் கொஞ்சமாக ஒட்டியிருந்த மூக்கினால் புஸ் புஸ் என்று காற்று வந்துபோனது. அதற்குப்பிறகு, மீண்டும் அந்த செய்தியை ஆறுதலாகவும் உரக்கவும் சொன்னான்.

புளியடிப்பாதையில் இவன் இறங்கியதிலிருந்து பின்னாலேயே ஓடோடி வந்து அவனது செய்தியைக் கேட்ட அனைவரது முகங்களிலும் 'மனோ லைட்' போட்டுவிட்டதுபோல பளீர் என்று பிரகாசம் பொங்கி வழிந்தது. அப்போது அங்கு வந்த சீத்தை துணியில் சட்டைபோட்டிருந்த இளங்கிழவி யொருத்தி, 'என்ர ராசாத்தி' என்று வானத்தை பார்த்து நன்றி சொன்னாள். இப்போதும் சொல்கிறேன், 'அண்ணாந்து' என்று வேண்டுமானால் நீங்கள் போட்டு வாசியுங்கள். அதுவரைக்கும் தெருப்பக்கம் வராமல் வீட்டுக்குள் நின்றுகொண்டிருந்த அந்தக் கிழவியின் மருமகளை உள்ளே எட்டி பார்த்து, அக்கிழவி 'இஞ்ச வாவனெடி' -என்று பூரி போல தடித்திருந்த தனது பொக்கை வாயால் உரத்துக் கத்த, அவள் பால் கறந்துகொண்டிருந்த சட்டியையும் கீழே போட்டுவிட்டு ஓடிவந்தாள்.

'விடியக்காலம் மூன்றரை மணிக்காம் நடந்தது' என்றாள் கிழவி வாய் நிறைந்து வழிந்த சிரிப்போடு.

செய்தி சோளக்காத்துப்போல மீண்டும் அந்த சிறுவனோடு சோடி சேர்ந்து ஊருக்குள் பறந்தது.

அன்றைய தினம் பளையில் பறையடித்துப் பொங்கிச் சரித்தார்கள். ஒவ்வொரு வீட்டுக்கும்கூட take away கொண்டுபோய் கறி கொடுத்தார்களாம். கணவர் - மனைவி இருவர் உள்ள வீட்டுக்கு இரண்டு கால்கள்கொண்ட கோழிக்கறியும், நாலும் நாலுக்கு மேற்பட்ட குடும்ப உறுப்பினர்கள் கொண்ட வீட்டுக்கு முழு ஆடும் அறுத்துக்கொடுத்தார்களாம். மூன்று பேருள்ள வீட்டுக்கு என்ன கொடுத்தார்கள் என்று புத்திசாலித்தனமாக கேட்பதாக நினைக்கக்கூடாது, அவர்களுக்கு ஒரு முட்டை இனாமாக கொடுக்கப்பட்டதாம்.

இதுதான் தோழர் ரேணுகா பிறந்த கதை.

இந்த சம்பவம் இடம்பெற்று சரியாகப் பதினைந்து வருடங்களுக்குப் பிறகு, பளை அப்பக்கடை ஒன்றுக்கு முன்னாலுள்ள மதிலடியில் போய் நின்று 'ரேணுகா' என்று சொன்னால், திரும்ப 'அப்பம்' என்று அவரது பெயர் வித்தியாசமாக எதிரொலிக்கும் அதிசயம் ஒன்று இடம்பெற்று வந்ததாக ஊர்க்கதையொன்றும் அப்போது பரவியிருந்தது. அந்த அப்பக்கடை பின்னர் அகன்று அங்கு ஆமி சென்ரி போட்ட பின்னர், அதில் போய் நின்று சிலர் பழைய ஞாபகத்தில் 'ரேணுகா' என்று சொன்னபோது, உள்ளிருந்து ஆமிக்காரன்தான் வெளியில் வந்திருக்கிறான். சத்தம்போட்ட ஆக்களையும் கூட்டிக்கொண்டுபோய் விசாரித்திருக்கிறான்.

தோழர் ரேணுகா பிறந்தது அன்று ஊருக்கே ஒரு செய்தி போல ஒலிபரப்பான முழுவியளமோ என்னவோ இன்றுவரைக்கும் ஒரு முழுநேர ஒலிபரப்பாளராக ஒலிவாங்கியின் முன்பாக இருந்து தனது குரல் வளத்தால் கோலமிட்டுக் கொண்டிருக்கிறார்.

இன்று தோழர் ரேணுகா பிறந்து பல வருடங்களாகி, அவருக்கும் பளையைவிட வயதாகிவிட்டபோதும்கூட, பளை குறித்த பழைய நினைவுடையவர்கள் இன்னமும் அந்தச் சிறுவனின் நல்ல செய்தியை நினைவுகூர்வார்களாம்.

நாங்களும் இந்த தருணத்தில் எழுந்து நின்று தோழருக்கு வாழ்த்து தெரிவிப்போம்!

ஹாப்பி பேர்த் டே ரேணுகா!

சிட்னி

நத்தார் பண்டிகைக்கால விடுமுறையைக் கழிப்பதற்கு இம்முறை சிட்னி போகலாமே என்று நினைத்து முடிப்பதற்குள் நேற்றைய தினம் இங்கு வந்து இறங்கியாயிற்று. மழையிலும் மழைப்பழத்திலும் நனைந்து நெளிந்து சிட்னி தற்போதுதான் கொஞ்சம் தெளிந்து வெயிலில் தலை உலர்த்திக்கொண்டிருக்கிறது. ஆலங்கட்டிகளை உதிர்த்துக் கொட்டிய ஆகாயம் சற்றுவெளித்து நத்தாரைக் கொண்டாடுவதற்கு நீல ஆடை கட்டியிருக்கிறது.

இரண்டு நாட்களுக்கும் முன்னர் சிட்னி போகலாமே என்று வாகனத்தில் ஏறியபோது தோழர் ரேணுகா தானும் வருவதாகக் கூறி பயணத்தில் இணைந்துகொண்டார். பாவம், அவர் வைத்திருந்த பொதிகளுடன் மெல்பேர்னிலிருந்து சிட்னிக்கு கப்பல் ஓடியிருந்தால் கூட ஏற்றியிருக்கமாட்டார்கள். அவ்வளவு பைகளை தூக்கி வந்து காரின் பின் சீற்றில் அடுக்கி வைத்தார். அந்தப் பைகளில் இருப்பவை அனைத்தும் சிட்னி போகும் வரையில் தனக்கும், சிட்னி போன பின்னர் இன்னும் சிலருக்கும் என்ற அறிவுறுத்தலையும் தந்திருந்தார்.

'பைகளில் என்ன இருக்கிறது என்று பார்க்கலாமா' என்று கேட்டு, ஒவ்வொன்றையும் குச்சியொன்றினால் தட்டிப் பார்த்த போது, எனது கார் அந்தக் கணத்திலிருந்து ஒரு பெட்டிக்கடையாக மாறியிருப்பதையும் உணர்ந்துகொண்டேன். அந்தப் பைகளில் அவர் பயணத்தின்போது சாப்பிடுவதற்காக, 4/5 மாங்காய்கள், வாழைப்பழம் இரண்டு சீப்பு, பைத்தம் பணியாரம், பருத்தித் துறை வடை, சீனிஅரியாரம், மாலு பணிஸ், ஒன்றரை இறாத்தல் பாணளவு கேக் துண்டொன்று, ரோல்ஸ் போட்ட பெட்டி ஒன்று, ஒரு சுடுதண்ணி போத்தல் நிறைய தேத்தண்ணி. இன்னும் ஒரு தனிப்பையில், இரண்டு பெட்டிகள் இறுக்கமாக கட்டி வைக்கப்பட்டிருந்தன. அது ஏதோ பங்கு இறைச்சியால் இரத்தம் லீக் பண்ணுவது போல மிகுந்த சிரமத்தின் மத்தியில் பிதுங்கிக் கொண்டிருந்தது. அது என்ன என்பதை நான் கேட்க முதலே, நான் ஏதோ அந்த இரண்டு பெட்டிகளால் மாத்திரம்தான்

அரியண்டப் பட்டுவிட்டதைப் போல 'இது சிட்னியில் கொண்டு போய் புட்டோடு சாப்பிடுவதற்கு செய்த கத்தரிக்காய் பொரிச்ச குழம்பு' என்ற பதில் தரப்பட்டது.

இவ்வளவு ஐட்டங்களுடனும் தான் எனது பாவப்பட்ட வாகனம் சிட்னி நோக்கிப் புறப்பட்டது.

இவை அவ்வளவும் இருந்தும், சிட்னி வந்தவுடன் அள்ளி அணைத்துக்கொள்ளும் எம் தமிழ்க் கடைகளின் பக்கம் ஓடிச் சென்று ஒரு வெட்டு வெட்டலாம். உள்ளூர் உணவுகளில் கொஞ்சம் உருண்டு பிரளலாம் என்றால், சிட்னி தமிழ் சாப்பாட்டுக் கடைகளில் சிலது 'சொப்பன சுந்தரிகள்' போலாகிவிட்டதை உணரக்கூடியதாக இருந்தது.

கடந்த தடவை பார்த்த சில கடைகள் பெயர்ப்பலகைகள் மாற்றப்பட்டு, வேறு ஆட்கள் வைத்திருந்தார்கள். அவர்களது சாப்பாடுகளை நம்பி உள்ளே நுழையலாமா என்று நினைத்தவாறு காரை பார்க் பண்ணியபோது, 'Sydney Marina' வழக்கம் போல திமிறிக்கொண்டு 'வா வா' என்றது. என்ன ஆச்சரியம், போன தடவை சிக்கென்று சிம்பு போல சிங்கிளாக வித்தை காட்டிக் கொண்டு நின்ற கடை, மைத்திரி கண்பட்டதோ என்னவோ இப்போது இரண்டாகியிருந்தது.

ஆனால், இரண்டிலுமே வழிய வழிய எக்கச்சக்கம் உணவுகள். மெல்பேர்ன் கடைகளில் படைத்துக்கிடக்கும் உணவுகளை விட டபிள் ட்ரிபுளாக கொட்டிவிட்டிருந்தார்கள். பிரதான உணவுகளைவிட, பொலபொலவென்று யாழ்ப்பாணத்துச் சம்பல், பொலீத்தீன் பையில் இறுக்கக்கட்டிய கூழ், கடலுணவுகள் என்று ஏகப்பட்ட ஐட்டங்கள் எமி ஜாக்ஸன் கணக்கில் செக்ஸியாக கண்ணில் குத்திக்கொண்டிருந்தன. செயற்கை எய்திய சிக்கன்களில் பல வகையறாக்கள் குழம்புகளில் மிதந்து கொண்டிருந்தன. ஏற்கனவே சாப்பிட்டுக்கொண்டிருக்கும் சுவைஞர் ஒருவர் கோழி முட்டையை பிரித்து சோற்றுக்குள் திணித்து வாயில் போடுவதற்கு மிகுந்த சிரமப்பட்டுக் கொண்டிருந்தார். அதில் நான் கவனித்தது, அந்த முட்டையின் சைஸ்தான். 'என்ர ப்றொய்லர் பகவானே' அந்த முட்டை கோழியின் சைஸிலும் விட பெரிதாக இருக்கும் போலிருந்தது.

இது மாதிரியானதொரு சூழலில், அந்த இடத்தில் பொறுமை காப்பதென்பது மிகக்கடினமான விரதமாகவே எனக்குப்பட்டது. காரிலிருக்கும் பண்டங்களைவிட நேரிலிருக்கும் பண்டங்கள் என்னைப் பாரதூரமாக தொந்தரவு செய்தன.

அடுத்த அரைமணிநேரம் அமர்க்களமாக முடிந்து, கடைக்கு வெளியில் வந்தொரு ஏப்பம் விட்டபோதுதான், சிட்னி வாழ் சிங்காரச் சொந்தங்களின் அழைப்புகள் அடுத்தடுத்து வரத் தொடங்கியிருந்தன.

மெல்பேர்ன் போய்ச்சேரும் வரைக்குமான விருந்துகள் அனைத்தும் பதிவு செய்யப்பட்டுவிட்டன. அதற்காக, தங்களின் அன்பிலும் வந்து குளித்துவிட்டுப் போகவேண்டும் என்று அடம்பிடிக்கும் டார்லிங்குகளின் அழைப்புகளை கம்பனி நிராகரித்துவிடும் என்று அர்த்தம் கிடையாது.

எல்லோரையும் கருணை வழியும் கண்களோடு 33ஆவது தளத்திலிருந்து பார்த்துக்கொண்டிருக்கிறேன்.

இன்பமே சூழ்க

எல்லோரும் வாழ்க!

சிட்னி

எவ்வளவு அழகானதொரு தேசம்!

(24/12/2018)